Nimebadilika 2011

Nimebadilika 2011

Mashairi + Malumbano ya Kisasa

Dardanus Mfalme

iUniverse, Inc.
Bloomington

Nimebadilika 2011
Mashairi + Malumbano ya Kisasa

iUniverse books may be ordered through booksellers or by contacting:

iUniverse
1663 Liberty Drive
Bloomington, IN 47403
www.iuniverse.com
1-800-Authors (1-800-288-4677)

ISBN: 978-1-4620-5109-0 (sc)
ISBN: 978-1-4620-5110-6 (e)

Printed in the United States of America

iUniverse rev. date: 10/17/2011

Yaliyomo:

Utangulizi

Amani iwe nanyi!
Ninapenda kuwakaribisha wadau wote wa mashairi,
tenzi, ngonjera na nyimbo katika kitabu cha
"Nimebadilika 2011". Ndani ya kitabu hiki kuna hazina
ya tungo zipatazo hamsini zikiwa ni mchanganyiko wa
tungo nilizozitunga hivi karibuni, nilizozitunga kitambo
nyuma na tungo zilizotungwa na washairi wengine
kwa njia ya malumbano, majigambo, majibizano na
niongeza.

Tofauti na vitabu vingine ama watunzi wengine,
katika kitabu hiki nimetumia mbinu ambazo watunzi
wengine huogopa kuzitumia kwa kuchanganya
maneno ya Kiswahili sanifu, maneno ya Kiswahili
cha mitaani, na maneno niliyoyatohoa kutoka lugha
mbalimbali ambayo hutumiwa sana katika jamii
ya sasa, na ndio sababu hasa ya kukiita kitabu hiki
"Mashairi ya Kisasa".

Kama ilivyo ada yangu, katika kurasa za mwisho wa
kitabu hiki, nimeweka kamusi ya Kiswahili cha mitaani
ili kila asomaye kitabu hiki apate burudani kamili
asomapo ama aimbapo tungo hizi.

Angalizo:

Katika haya mashairi ya kisasa, maneno niliyoyatohoa kutoka kwenye lugha ya Kiingereza na lugha nyinginezo, nimeyahesabia vina kwa jinsi maneno hayo yanavyotamkwa.

Kwa mfano: Maneno; Fensi, chansi, rasta, pensi, kingi, plani, yanki, klabu, dokta, denja, n.k. nimeyahesabia vina viwili kila moja.

Maneno; Pasenti, stori, na frikwensi nimeyahesabia vina vitatu kila moja.

Maneno; Hendisamu, adivansi na mastimu, nimeyahesabia vina vinne kila moja.

Sehemu ya kwanza
Mashairi ya Kisasa

01. Nimebadilika

Sauti nilisikia, toka kwa baba mbinguni,
Mungu akiniambia, kwa sauti ya rohoni,
Badiliko zingatia, nikubariki mwanani,
Nimebadilika mwaka, mbili ziro moja moja.

Badiliko si rahisi, kubadilika ni kazi,
Nikapata wasiwasi, watasemaje wazazi,
Nikadadisi dadisi, nisionekane chizi,
Nimebadilika mwaka, mbili ziro moja moja.

Katika kusitasita, swali nikajiuliza,
Badiliko nikipata, nini nitachopunguza?
Nikakusanya na data, ili nisijejichuza,
Nimebadilika mwaka, mbili ziro moja moja.

Ubishi ukanijia, badiliko sihitaji,
Maisha yako sawia, mwili bado una chaji,
Tena nikiangalia, ninavyo bwena vipaji,
Nimebadilika mwaka, mbili ziro moja moja.

Mungu nikamuambia, ni noma kubadilika,
Mitikasi yanijia, hadi ninatajirika,
Kama kukutumikia, subiri nikizeeka,
Nimebadilika mwaka, mbili ziro moja moja.

Kisha nikapata dili, mradi na dingi yangu,
Milioni mia mbili, ukawa mtaji wangu,
Tukisha chuuza mali, tutagawana mafungu,
Nimebadilika mwaka, mbili ziro moja moja.

Nikamdodosa Mungu, sasa na tusemezane,
Na iwe ishara kwangu, nichenji ama nichune,
Badiliko si la kwangu, nikipata fungu nene,
Nimebadilika mwaka, mbili ziro moja moja.

Kimbembe kikambeluka, shauku ikawa shaka,
Maneno yakageuka, ngoja hadi nikachoka,
Nilipokuja zinduka, zungu wamenizunguka,
Nimebadilika mwaka, mbili ziro moja moja.

Ishara ikatimia, nikala changa la macho,
Sana nikafikiria, ni nini kifuatacho,
Ni Mungu kumrudia, kuchenji bila kificho,
Nimebadilika mwaka, mbili ziro moja moja.

Fundisho nimefundishwa, nalo nimelielewa,
Nikitaka neemeshwa, nazo baraka kupewa,
Lazima kubadilishwa, gundu ziweze ng'olewa,
Nimebadilika mwaka, mbili ziro moja moja.

02. Daima

Macho ninapoyafunga, moyo ninaufungua,
Nuru inanipa mwanga, nami nakusogelea,
Ingawa kuna majanga, duniani yatokea,
Daima nitakupenda, Mungu uliyeniumba.

Wengi wananisengenya, wadai nimepotea,
Kila ninachokifanya, wanasema nakosea,
Kamwe sitajigawanya, Baba kwako natulia,
Daima nitakupenda, Mungu uliyeniumba

Kalamu ninacharaza, tenzi nakuandikia,
Baba Mungu sikiliza, shairi nakuimbia,
Hata ngoma nitacheza, nitapiga na gitaa,
Daima nitakupenda, Mungu uliyeniumba.

Ni tunu ilotukuka, kwako bure nimepata,
Hadharani nabwatuka, sitamki kwa kusita,
Umenipenda Rabuka, umenipaka mafuta,
Daima nitakupenda, Mungu uliyeniumba.

Neema ulizonipa, kwa heshima napokea,
Milele sitazitupa, nazidi kuzitumia,
Hazifanani na fupa, fisi alochekelea,
Daima nitakupenda, Mungu uliyeniumba.

Ndugu msinililie, jililieni wenyewe,
Mungu nimtumikie, kwake nisikataliwe,
Salama nikiwa nae, hata nirushiwe mawe,
Daima nitakupenda, Mungu uliyeniumba.

Ulichokificha kwao, wenye nguvu na heshima,
Umenigea mwanao, nashukuru kwa neema,
Umenijaza upeo, maarifa na hekima,
Daima nitakupenda, Mungu uliyeniumba.

03. Kidosho

Pale panapo mapenzi, lazima pendo liwepo,
Nilimhusudu manzi, mwenye mapepe ya popo,
Moyo ulikufa ganzi, na moyoni mwake sipo,
Mpende akupendaye, kidosho achana naye.

Manzi mzuri wa umbo, mtindi umetulia,
Kiuno sawa na tumbo, miguu chupa ya bia,
Vya nyuma vyake vijambo, kama tuta vimejaa,
Mpende akupendaye, kidosho achana naye.

Sura yake yavutia, utadhani malaika,
Sauti yenye mafua, kaita nikaitika,
Moyo ukamridhia, nikadhani nimefika,
Mpende akupendaye, kidosho achana naye.

Mtaka cha uvunguni, ni shuruti ainame,
Nikanunua hereni, na nguo kwangu azame,
Nikamwonyesha nyumbani, kwengine asitazame,
Mpende akupendaye, kidosho achana naye.

Dalili yake mvua, ni mawingu yalotota,
Simu nikimpigia, yeye huwa anakata,
Meseji nikimwachia, katu hanijibu hata,
Mpende akupendaye, kidosho achana naye.

Marijani aliiimba, wimbo tukausikia,
Hata demu awe bomba, na sura ya kuvutia,
Si jambo la kujitamba, uzuri njema tabia,
Mpende akupendaye, kidosho achana naye.

Penda asiyependeka, heri bega jipanguse,
Haki mwisho nimechoka, penzi la usiniguse,
Moyoni mwangu ondoka, kama kukosa nikose,
Mpende akupendaye, kidosho achana naye.

04. Ombaomba

Endapo ninakosea, naomba nikosoeni,
Sio yangu mazoea, kubwabwaja hadharani,
Nataka wadokezea, visa vya ulimwenguni,
Mbwa analala ndani, binadamu darajani.

Utu umekwenda wapi? Haya hatuoneani,
Wenye huruma wangapi, wamebaki duniani?
Katika watu ni yupi, asiyevaa miwani?
Mbwa analala ndani, binadamu mitaani,

Kina mama na watoto, wanaishi mitaani,
Wala hawana kipato, wamekosa tumaini,
Mnapopita mapito, huruma waoneeni,
Mbwa analala ndani, binadamu machakani,

Senti sio msaada, makazi tuwajengee,
Wengine wana shahada, kazi tuwatafutie,
Wenye nguvu za ziada, mashamba tuwapatie,
Mbwa analala ndani, binadamu mabondeni,

Wito wetu binadamu, tuvue fikira mbovu,
Tusiwafanye sanamu, ombaomba si wavivu,
Si vema kuwahukumu, wengine ni walemavu,
Mbwa anakula ndani, binadamu jalalani.

05. Wazee

Dunia hii ya sasa, vijimambo debwedebwe,
Mabinti wenye vinasa, siku hizi wana mbwembwe,
Mitegoni wananasa, wapakatwe na wabebwe,
Vijana tumezeeka, wazee ndio vijana.

Umeshawani kuona, mtoto anazaliwa,
Kakua aibu hana, msichana kachachawa,
Kaacha wote vijana, na dingi akaolewa,
Vijana tumezeeka, wazee ndio vijana.

Vijana shule twasoma, wazee kazi mwafanya,
Nyumbani mna wamama, na watoto wananyonya,
Kwa kuhonga bila noma, vibinti mwavikusanya,
Vijana tumezeeka, wazee ndio vijana.

Mna wake majumbani, na nyumba ndogo vimada,
Mfanyakazi wa ndani, kawa mke wa ziada,
Sisi tutaoa nani? Kweli tunapata shida,
Vijana tumezeeka, wazee ndio vijana.

Wazee dawa mwameza, za kuongeza hisia,
Mishindingo kuikuza, vibinti kukolezea,
Vijana tukitongoza, hewa tunaambulia,
Vijana tumezeeka, wazee ndio vijana.

Vibinti vinakataa, kutongozwa na vijana,
Madai tumefulia, tuna mapenzi ya jana,
Matunzo kugharamia, uwezo sie hatuna,
Vijana tumezeeka, wazee ndio vijana.

Ukiona vyaelea, ndugu yangu vimeundwa,
Usije vinyemelea, mwanawani utapondwa,
Mshiko ukipelea, sio rahisi kupendwa,
Vijana tumezeeka, wazee ndio vijana.

Hata uwe maarufu, uwe na vipaji bwena,
Kama huna pesa ndefu, kugharamia vimwana,
Watabaki kukusifu, kisha watakula kona,
Vijana tumezeeka, wazee ndio vijana.

Kuna yanki hendisamu, akajaribu kupima,
Panga maneno matamu, kwa kibinti akasema,
Amerudi hana hamu, demu alivyomtema,
Vijana tumezeeka, wazee ndio vijana.

Vijana tuamkeni, mawazo tuchangieni,
Kwa kweli tufanye nini, vibinti vituthamini?
Mungu tumuulizeni, haya yote ni kwa nini?
Vijana tumezeeka, wazee ndio vijana.

06. Gabachori

Wazawa tuko hewani, tangu enzi mkoloni,
Wakulima mashambani, tuna jembe mkononi,
Wachungaji makondeni, fimbo ziko mabegani,
Gabachori na pajero, wazawa mkokoteni.

Kwenye vita majimaji, tulijitwika mikuki,
Fukuza wavamiaji, walioshika bunduki,
Pinga ukandamizaji, wazawa tupate haki,
Gabachori na pajero, wazawa mkokoteni.

Vita vya Idi Amini, tukaitetea nchi,
Tukaenda mpakani, Nduli kumpiga dochi,
Tukajiweka rehani, kuwalinda wananchi,
Gabachori na pajero, wazawa mkokoteni.

Tulipopata uhuru, tulipiga moyo konde,
Tukalipa na ushuru, Wapare kwa Wamakonde,
Mwenge ukatupa nuru, tukayajaza mabonde,
Gabachori na pajero, wazawa mkokoteni.

Nyerere akatutoka, wakaja magabachori,
Sijui walikotoka, wako kama utitiri,
Wazawa tuliochoka, tunanyonywa bila siri,
Gabachori na pajero, wazawa mkokoteni.

Wazawa walipa kodi, utu wetu umeshushwa,
Sababu ya mafisadi, wanaopokea rushwa,
Magabachori wazidi, honga haki kupotoshwa,
Gabachori na pajero, wazawa mkokoteni.

Anatoa lugha chafu, gabachori hadharani,
Hata awe mhalifu, hafikishwi kituoni,
Polisi wetu dhaifu, wamewekwa kiganjani,
Gabachori na pajero, wazawa mkokoteni.

Akifika zahanati, huwa hapangi foleni,
Humchimba nesi biti, gabachori hana soni,
Kisha hutembeza noti, atibiwe namba wani,
Gabachori na pajero, wazawa mkokoteni.

Hapelekwi gerezani, hata atende jinai,
Mambo ya mahakamani, gabachori hayajui,
Pilato kazimwa chini, sheria hawaitii,
Gabachori na pajero, wazawa mkokoteni.

07. Mafisadi

Msumari wenye moto, leo nagonga moyoni,
Namwaga vitu vizito, nilivyo navyo rohoni,
Ikibidi mkong'oto, hata ngumi mkononi,
Mafisadi mnakata, tawi mlilokalia.

Kama shule mmesoma, vyeti mmevitundika,
Mnatembelea bima, na mabenzi mwekamweka,
Mnacho cha juu kima, mapesa mnalundika,
Mafisadi mnakata, tawi mlilokalia.

Wakati mwaomba kura, mlikuwa ni wapole,
Mkatangaza na sera, mwaga ahadi bwelele,
Sasa mwapiga mikwara, twawapigia kelele,
Mafisadi mnakata, tawi mlilokalia.

Mafisadi kama fisi, milele hamtosheki,
Vidogo vya kwetu sisi, navyo mwavipiga jeki,
Mungu kawapa nafasi, muisimamie haki,
Mafisadi mnakata, tawi mlilokalia.

Tukiwapa sentimita, mwataka na zetu mita,
Tukiwagaia mita, mnadai kilometa,
Kwa kweli mwatuburuta, kuzaliwa tunajuta,
Mafisadi mnakata, tawi mlilokalia.

Mnapata mishahara, na marupurupu bwena,
Mnafanya biashara, mnakwepa kodi tena,
Ondoeni masihara, wananchi mwatubana,
Mafisadi mnakata, tawi mlilokalia.

Za nchi maliasili, Mungu ametugaia,
Madini bila vibali, Wazungu mwawauzia,
Wazawa hamtujali, pesa mnazizuia,
Mafisadi mnakata, tawi mlilokalia.

Kazi tunafanya sisi, raha mnakula nyinyi,
Kodi twalipa kwa kasi, ninyi kazi hamfanyi,
Kutwa katika ofisi, mwaendekeza umwinyi,
Mafisadi mnakata, tawi mlilokalia.

Wafadhili wakileta, pesa za miundombinu,
Ati dili mmepata, teni pasenti za kwenu,
Mnaenda kula bata, kwenye nchi za wenzenu,
Mafisadi mnakata, tawi mlilokalia.

Hadi pesa za elimu, nusu mmezizuia,
Mishahara ya walimu, pasu mmewapigia,
Manesi wana swaumu, pesa hazijaingia,
Mafisadi mnakata, tawi mlilokalia.

08. Ulevi

Batamula wa magoma, ya Safari ukumbini,
Mundo wa kuchoma nyama, Sigo wa mahenikeni,
Na Kishimba walalama, kwa nini sionekani?
Nimeacha kunywa bia, kwa heri walevi wote.

Nilianza kunywa bia, mwaka tisini na tisa,
Nifikapo kwenye baa, zote natumia pesa,
Maneno yasiyofaa, ndiyo niliyododosa,
Nimeacha kunywa bia, kwa heri walevi wote.

Pasipo mimi kujua, nikawa kama bungunya,
Bia zikinikolea, ninajiona muhanya,
Mambo ninajisifia, hata nisiyoyafanya,
Nimeacha kunywa bia, kwa heri walevi wote.

Wacha Mungu aniponye, bia iliniumbua,
Ilinifanya nifanye, mambo bila jitambua,
Nazo pesa nitapanye, kisha ninajijutia,
Nimeacha kunywa bia, kwa heri walevi wote.

Bia haina maana, ikikolea kichwani,
Heshima hakuna tena, niingiapo nyumbani,
Mke akifoka sana, mimi ngumi mkononi,
Nimeacha kunywa bia, kwa heri walevi wote.

Bia chanzo cha uzinzi, uasherati na wizi,
Yeyote huwa mpenzi, hata rika la mzazi,
Haina cha mwanafunzi, wala cha mfanyakazi,
Nimeacha kunywa bia, kwa heri walevi wote.

Bia ni sumu hatari, watu wengi imeua,
Wakishalewa chakari, hawawezi jizuia,
Endesha kwa fujo gari, kule wakapindukia,
Nimeacha kunywa bia, kwa heri walevi wote.

Kwa herini nawaaga, walevi wote kwa heri,
Matarumbeta kupiga, sitorudia nakiri,
Ulevi chini nabwaga, na wala sitaghairi,
Nimeacha kunywa bia, kwa heri walevi wote.

09. Mtetea

Kelele usiku kucha, mchana ni heka heka,
Hata umpe mchicha, haishi kupaparika,
Mara ndani kajificha, mara nje kaibuka,
Kuku akitaka taga, lazima utamjua.

Chakula ukimwekea, anavuruga vuruga,
Nalo la maji sinia, anakanyaga kanyaga,
Kienyeji mtetea, hata awe wa kufuga,
Kuku akitaka taga, lazima utamjua.

Ingawa ameshashiba, ardhi atakwarua,
Mijusi ataikaba, pembeni kuitupia,
Atajifanya mjuba, wenzake kuwadindia,
Kuku akitaka taga, lazima utamjua.

Njia ukijipitia, bure atakufukuza,
Wenzake wakitulia, yeye anawachokoza,
Vifaranga vikilia, kwaru anavikwaruza,
Kuku akitaka taga, lazima utamjua.

Papara zikimzidi, karibu litoke yai,
Japokuwa mkaidi, kumghasi haifai,
Kumwepuka inabidi, ili alete uhai,
Kuku akitaka taga, lazima utamjua.

10. Mzigo

Kila ninapogeuka, watu wanalalamika,
Wengine wanapayuka, ili waweze sikika,
Kunao waliochoka, chini wamepumzika,
Kila mtu anadhani, mzigo wake mzito.

Ipo iliyochongoka, ni vigumu kujitwika,
Kuna inayobebeka, rahisi kuchukulika,
Mizito ipo hakika, kasheshe kunyanyulika,
Kila mtu anadhani, mzigo wake mzito.

Japokuwa ninacheka, si kwamba nimeridhika,
Begani nimeuweka, mzigo ulosukika,
Hatua ninazikoka, mwisho niweze kufika,
Kila mtu anadhani, mzigo wake mzito.

Neno nyeti naropoka, ndugu yangu hamasika,
Piga mchaka mchaka, kataa kudhoofika,
Mizigo itatutoka, ng'ambo tutakapovuka,
Kila mtu anadhani, mzigo wake mzito.

Mizigo ni kweli kaka, haiwezi epukika,
Wengine wanadondoka, wengine wanayanyuka,
Japo tunataabika, mori haitatutoka,
Kila mtu anadhani, mzigo wake mzito.

Jogoo anapowika, tunaanza heka heka,
Wazee walozeeka, 'mekwama wanahenyeka,
Vijana wa wahusika, wasaidieni ng'oka,
Kila mtu anadhani, mzigo wake mzito.

Mizigo inavyonyuka, wengi wanaaibika,
Migongo ina mabaka, mithili ngozi ya nyoka,
Mikono imechubuka, sura zimekwaruzika,
Kila mtu anadhani, mzigo wake mzito.

Msisitizo naweka, tupate kufarijika,
Beba unavyovitaka, zipunguze takataka,
Mungu ukimpa zaka, mizigo hupunguzika,
Kila mtu anadhani, mzigo wake mzito.

11. Mbuzi

Kamba ngumu i shingoni, ili nisije toroka,
Kwenye marefu majani, ndipo waliponiweka,
Usiku niko bandani, na kufuli wameweka,
Mwisho wa siku ni mlo, mimi mbuzi wa shughuli.

Kila kukipambazuka, huwa ninatafakari,
Ile siku ikifika, vipi nitajisitiri?
Jiko moshi likifuka, mimi naona hatari,
Hakika sina ujanja, mimi mbuzi wa shughuli.

Siri iliyofichika, leo nimeibaini,
Kila ninapoamka, cha kwanza ni malishoni,
Ninenepe wanataka, ndio yao madhumuni,
Nalishwa hadi mapumba, mimi mbuzi wa shughuli.

Ninapokula majani, sio kwa faida yangu,
Nineemeshe wageni, kwa wali wa nyama zangu,
Yanisibuyo moyoni, anayejua ni Mungu,
Nalishwa ili niliwe, mimi mbuzi wa shughuli.

Nawasikia wabwanga, wanavyoshauriana,
Nani atashika panga, kuchinja na kunichuna,
Watakavyonikaanga, wapishi wanabishana,
Nasubiri siku yangu, mimi mbuzi wa shughuli.

Inapofika jioni, nirudishwapo nyumbani,
Nachunguzwa kwa makini, toka juu hadi chini,
Nafanyiwa tathmini, kama nina hali duni,
Acheni nilie mee, mimi mbuzi wa shughuli.

Nisikiapo sauti, muziki wenye kelele,
Watu walovaa suti, shangwe na vigelegele,
Ua ukijaa viti, ninapata hofu tele,
Sherehe kwangu kilio, mimi mbuzi wa shughuli,

Kungekuwa mahakama, ningepeleka shauri,
Wapi haki za wanyama, wanieleze vizuri,
Iweje kwangu kiama, kwao iwe desturi?
Sina wa kunitetea, mimi mbuzi wa shuguli.

Enyi mbuzi wenzanguni, hebu nisikilizeni,
Kabla kwenda malishoni, naomba niwaageni,
Wanakuja shereheni, haya sasa buriani,
Ninakufa wafurahi, mimi mbuzi wa shughuli.

Waafrika tumekuwa, kama mbuzi wa shughuli,
Mipaka tumewekewa, na wale mabaladhuli,
Unyama tunatendewa, sababu ya zetu mali,
Tunamuachia Mungu, sisi mbuzi wa shughuli.

12. Wameangukia pua

Kuja kwangu duniani, kumbe tangazo la vita,
Mungu alinipa plani, watu kwake kuwaleta,
Ufalme wa shetani, hofu kubwa ulipata,
Wamerusha nimekwepa, wameangukia pua.

Nikiwa bado mtoto, bomu wakanitupia,
Mwili ukapata joto, homa kali ya surua,
Kwa mkono wenye moto, Mungu akaniokoa,
Wamerusha nimekwepa, wameangukia pua.

Walidhani nimekwisha, gari lilipopinduka,
Kwani walihakikisha, kwamba limevingirika,
Mungu akaniepusha, mzichi nikachomoka,
Wamerusha nimekwepa, wameangukia pua.

Wakanipiga na chuma, chini nikaangukia,
Jua kama lilizima, sababu nilizimia,
Kichwa shingo vikauma, mguu ukaumia,
Wamerusha nimekwepa, wameangukia pua.

Sasa nguvu nimepata, makonde nawarushia,
Za kichwa nawakung'uta, tena nalenga za pua,
Kwa Mungu watu navuta, mbinguni twaelekea,
Wamerusha nimekwepa, wameangukia pua.

13. Asante

Kama si neema yako, ningekuwa wapi mimi?
Kwani kwa rehema zako, baraka zako zi nami,
Niko mikononi mwako, nuru yangu haizimi,
Ninakushukuru Mungu, asante sana Mkuu.

Vipaji umenigea, ili kukutumikia,
Kubwa umenitendea, hekima kunipatia,
Gitaa nakupigia, tenzi ninakuimbia,
Ninakushukuru Mungu, asante sana Mkuu.

Hata nipatapo shida, raha ninajisikia,
Ninapofanya ibada, amani wanipatia,
Bila omba msaada, shida waniondolea,
Ninakushukuru Mungu, asante sana Mkuu.

Ukingoni nikifika, nisione njia tena,
Hata nikidhoofika, mwili ukichoka sana,
Mkono ukinishika, yote yanawezekana,
Ninakushukuru Mungu, asante sana Mkuu.

Mengi umenifanyia, siwezi yaorodhesha,
Uliyonifadhilia, siwezi lipa la hasha,
Sadaka zangu pokea, zipate kukuridhisha,
Ninakushukuru Mungu, asante sana Mkuu.

14. Utu

Kuna wanaothubutu, kujiita mungu watu,
Hudhani wao ni watu, wengine ni vibubutu,
Nyoyo zimejaa kutu, umeshawatoka utu,
Duniani watu wengi, binadamu ni wachache.

Wengine ni ndugu zetu, huwezi kataa katu.
Japo moja kundi letu, zimewafyatuka fyatu,
Haki wana roho butu, kama wanyama wa mwitu,
Duniani watu wengi, binadamu ni wachache.

Wamegeuka mijitu, wanarubuni wanetu,
Ati ongea na watu, upate vaa viatu,
Huwadanganya kwa vitu, mwishoni wapate kitu,
Duniani watu wengi, binadamu ni wachache.

Watu wamekuwa chatu, wanameza kila kitu,
Kutwa ndani ya misitu, wanavizia vya kwetu,
Waje majumbani mwetu, kubeba mabulungutu,
Duniani watu wengi, binadamu ni wachache.

Binadamu ole wetu, tumezidiwa na watu,
Wanakuja na mitutu, waue kizazi chetu,
Imani ni ngao yetu, kinga yetu Mungu wetu,
Duniani watu wengi, binadamu ni wachache.

15. Mbio

Kutwa domo liko wazi, waropoka kama chizi,
Unajisifia kazi, za tangia mwaka juzi,
Unaleta ubitozi, kwa mie mtu wa tizi,
Katu usilete punda, kwenye mbio za farasi.

Wanakucheka wenzako, kwa hayo maneno yako,
Pamoja nawe hawako, wanakwepa fedheheko,
Heri ukae kitako, mnusuru punda wako,
Katu usilete punda, kwenye mbio za farasi.

Unapewa ushauri, uiepuke hatari,
Kila mtu amekiri, punda wako ni sifuri,
Lakini bado jeuri, hautaki kughairi,
Katu usilete punda, kwenye mbio za farasi.

Sikukatishi tamaa, ukweli ninakwambia,
Kamwe hawezi kimbia, mtoto wa kutambaa,
Ni kheri ungeingia, shindano la kutembea,
Katu usilete punda, kwenye mbio za farasi.

Punda kapasuka pafu, sasa amekuwa mfu,
Alikuwa mdhaifu, ukamweka kwenye safu,
Kamwe usilete bifu, kwa walio wazoefu,
Katu usilete punda, kwenye mbio za farasi.

16. Pasaka

Kaburi leo li wazi, mfu amekwenda wapi?
Thenashara na machozi, Bwana wetu yuko wapi?
Endapo ni majambazi, yalikuja saa ngapi?
Kimbembe cha mbembelumbe, Bwana Yesu kafufuka.

Asubuhi na mapema, limevingirishwa jiwe,
Malaika akasema, amani nanyi na iwe,
Msihofu yote mema, yu hai sifa apewe,
Kimbembe cha mbembelumbe, Bwana Yesu kafufuka.

Yu hai sifa apewe, dunia yote ijue,
Ushindi pasi kiwewe, wasojua na wajue,
Hakuwepo mfanowe, kataa usikatae,
Kimbembe cha mbembelumbe, Bwana Yesu kafufuka.

Kapigwa chenga Shetani, yuko hoi hamu hana,
Aliingia vitani, bila zana za maana,
Ikabaki kipimoni, yatimie alonena,
Kimbembe cha mbembelumbe, Bwana Yesu kafufuka.

Shangwe na tushangilie, mkombozi tumepata,
Vinubi piga vilie, Shetani apate juta,
Adui ashuhudie, Yesu mshindi wa vita,
Kimbembe cha mbembelumbe, Bwana Yesu kafufuka.

Kufufuka kwa Manani, furaha i duniani,
Kwetu na iwe amani, bubujiko la rohoni,
Sala na ziwe moyoni, ni silaha ya vitani,
Kimbembe cha mbembelumbe, Bwana Yesu kafufuka.

Kifo leo kimeshindwa, ushindi kwa wanadamu,
Shetani kapondwa pondwa, amebaki hana hamu,
Ufunguo umesundwa, wa mauti na kuzimu,
Kimbembe cha mbembelumbe, Bwana Yesu kafufuka.

17. Jibwa

Dada zangu sogeeni, nyeti niwapatieni,
Masikio yategeni, neno niwaambieni,
Walio mabrazameni, wasije kuwarubuni,
Jibwa la kubweka sana, kawaida haliumi.

Likiwa ndani ya fensi, hubweka kuchimba biti,
Ukiligaia chansi, taratibu linanyuti,
Sio kila mwenye pensi, mwanaume madhubuti,
Jibwa la kubweka sana, kawaida haliumi.

Tabia njema halina, halina hata chaguo,
Kwa yeyote msichana, na mwenye ya kike nguo,
Hubweka pasipo vina, bweka pasi na kituo,
Jibwa la kubweka sana, kawaida haliumi.

Linapenya kama panya, lina gubu kama debe,
Hapo lipatapo mwanya, huleta pozi la kobe,
Laweza pia kupenya, hata katika mikebe,
Jibwa la kubweka sana, kawaida haliumi.

Japo haliyo ni hiyo, si vema kulichekea,
Tabiaze ni kihiyo, hovyo linajibwekea,
'Kiliona sivyo ndiyo, kumbe linanyemelea,
Jibwa la kubweka sana, kawaida haliumi.

Dada zangu jihadhari, na wenye maneno mengi,
Nia zao ni dhahiri, wawaingizeni kingi,
Tabia iwe nzuri, ndio jambo la msingi,
Jibwa la kubweka sana, kawaida haliumi.

18. Wabunge

Enyi watunga sheria, leo nawafyatukia,
Tumechoka vumilia, kwa mnavyotuonea,
Shutuma mwatutupia, ati twavunja sheria,
Kama bangi ni haramu, mbona ninyi mnavuta?

Marasta tumekubali, kwamba bangi ni haramu,
Sasa twalamba asali, ili kupunguza hamu,
Tumeamua kusali, kupandisha mastimu,
Kama bangi ni haramu, mbona ninyi mnavuta?

Onyo liwe kwetu sote, watunga sheria wetu,
Apendaye vaa pete, vidole visiwe butu,
Haramu iwe kwa wote, sio kuchagua mtu,
Kama bangi ni haramu, mbona ninyi mnavuta?

Eti hupandisha mori, wa kazi huko bungeni,
Nakataa ni kiburi, ndicho kiko mkiani,
Imekataza Zaburi, pia na Msahafuni,
Kama bangi ni haramu, mbona ninyi mnavuta?

Mna suti pisi tatu, ati ni watakatifu,
Sie marasta si watu, mwatuita wahalifu,
Mwadai tu watukutu, kwanza nywele zetu chafu,
Kama bangi ni haramu, mbona ninyi mnavuta?

Mbinu zenu twazijua, msifanye kujificha,
Chooni mwajifungia, mvutapo chaukucha,
Michuzi anawajua, amewapiga na picha,
Kama bangi ni haramu, mbona ninyi mnavuta?

Mvutapo kwa kificho, mwakava kwa pisi tatu,
Miwani kuziba macho, mfungapo kamba watu,
Kidogo kibakiacho, mwaficha kwenye viatu,
Kama bangi ni haramu, mbona ninyi mnavuta?

Wa bara hata wa pwani, wakubwa zingatieni,
Acheni iga wageni, mila zao za kigeni,
Kama haramu majani, sheria katunga nani?
Kama bangi ni haramu, mbona ninyi mnavuta?

Wakaditama tamati, mizani nimeipanga,
Nimeshaandika hati, si vema mkaipinga,
Ibara i madhubuti, hakimu nyundo kagonga,
Sawa bangi ni haramu, bora sote tuiache.

19. Ufugaji

Kijogolo sina nyumba, kajenga barabarani,
Kuna ishirihi vyumba, ghorofa ndani kwa ndani,
Waliyasema Chezimba, vijana toka Pangani,
Nani anafuga kuku, kwenye nyumba ya ghorofa?

Usimweke sebuleni, watu wapumzikapo,
Hafai wekwa jikoni, chakula kipikiwapo,
Uani ale majani, na maji ndani ya kopo,
Nani anafuga kuku, kwenye nyumba ya ghorofa?

Huleta nyingi papara, afugwapo ghorofani,
Huanzisha msafara, wa vifaranga ngazini,
Huwezi pata safura, ukimfuga uani,
Nani anafuga kuku, kwenye nyumba ya ghorofa?

Huwa uchafu mtupu, kuku fugwa ghorofani,
Mwisho hupata majipu, funza jaa sakafuni,
Kinyesi hujaa kapu, harufu mbaya nyumbani,
Nani anafuga kuku, kwenye nyumba ya ghorofa?

Huwezi kulala ndani, kokoliko zianzapo,
Mara huja kitandani, pale wewe ulalapo,
Kuku kwake ni uani, kibanda chake kilipo,
Nani anafuga kuku, kwenye nyumba ya ghorofa?

Waweza pata surua, hata pia na mafua,
Harufu ukisikia, kitakusonga kifua,
Mwishowe utafikia, kushindwa hata pumua,
Nani anafuga kuku, kwenye nyumba ya ghorofa?

Zingatia ya wahenga, vibanda walivijenga,
Na vyumba walivipanga, cha kuku hadi cha kanga,
Walifuga kwa kulenga, mikakati walopanga,
Nani anafuga kuku, kwenye nyumba ya ghorofa?

Maumbo ni tofauti, kila kitu na umbile,
Kuku na yake sauti, kanga na zake kelele,
Hupaswi kumweka kati, kuku atagie pale,
Nani anafuga kuku, kwenye nyumba ya ghorofa?

20. Nyundo

Kuna jembe kuna shoka, sime panga na patasi,
Visu vilivyochongoka, koleo na bisibisi,
Pekee ninatumika, hadi ndani ya ofisi,
Kwenye zana duniani, mimi ni kiboko yao.

Niliumbwa kwa mpango, nikaongezwa viwango,
Nagonga hata mpingo, watengenezapo bango,
Nanyoosha vibiongo, ufunge vema mlango,
Kwenye zana duniani, mimi ni kiboko yao.

Natamba tena naringa, kwani ninayo thamani,
Kama yupo wa kupinga, kunipiku kwenye fani,
Aje kati kujipanga, tupime kwenye mzani,
Kwenye zana duniani, mimi ni kiboko yao.

Ukitaka jenga nyumba, shuruti kunitumia,
Seremala hujitamba, anaponishikilia,
Muulize fundi bomba, kwa nini hugongelea?
Kwenye zana duniani, mimi ni kiboko yao.

Naitwa nyundo wa nyundo, ubini nakutajia,
Napindisha hadi nondo, chini naishindilia,
Ninapoigonga tindo, hata zege nabomoa,
Kwenye zana duniani, mimi ni kiboko yao.

Mimi ni moja nambari, wengine hufuatia,
Mekanika wa magari, bodi namnyooshea,
Ukitaka jenga dari, mimi pekee hufaa,
Kwenye zana duniani, mimi ni kiboko yao.

Hizo zana nyinginezo, mi nimezitengeneza,
Pekee nina uwezo, mimi kujitengeneza,
Leo naweka mkazo, sauti yangu napaza,
Kwenye zana duniani, mimi ni kiboko yao.

21. Vikao

Vikao pombe adui, wa yetu maendeleo,
Umbea ndo maudhui, kikikolea kileo,
Siku hazijirudii, muwe na muelekeo,
Msivikae vikao, mazee fanyeni kazi.

Kutwa kucha kwenye pombe, mnapenda kula bata,
Mwazungurusha vikombe, muda hamjali hata,
Mnapigana vijembe, navyo vya maneno vita,
Msivikae vikao, mazee fanyeni kazi.

Kazi ni uzalishaji, kazi si uzurulaji,
Heri uwe mfugaji, umachinga si ulaji,
Jembe katika vijiji, halitupi mlimaji,
Msivikae vikao, mazee fanyeni kazi.

Wananchi mmezidi, kulaumu Serikali,
Hata hamlipi kodi, wala kuzalisha mali,
Vijijini hamrudi, na mjini rumba kali,
Msivikae vikao, mazee fanyeni kazi.

Wenyewe mlizitaka, siasa za kibepari,
Ujamaa mmechoka, mnataka utajiri,
Nyerere alitamka, mkamuona jeuri,
Msivikae vikao, mazee fanyeni kazi.

Wahitimu kila mwaka, mnahitimu vyuoni,
Mwashindwa kuwajibika, miundo mbinu kubuni,
Leo tunaabika, nchi yote i gizani,
Msivikae vikao, mazee fanyeni kazi.

Adui wetu mkubwa, leo ni umasikini,
Vipi macho mmezibwa, hata mbele hamuoni,
Bora mrudi Mtibwa, mkalime mashambani,
Msivikae vikao, mazee fanyeni kazi.

22. Lumbesa

Kama kufa tufe, bibi asiteseke,
Vijana tusafe, babu asalimike,
Bora punda afe, mzigo ufike.

Viongozi wafe, nchi 'siaibike,
Hata mimi nife, ndugu zangu mfike,
Bora punda afe, mzigo ufike.

Samaki na wafe, dagaa waokoke,
Kama tembo afe, nyasi zisalimike,
Bora punda afe, mzigo ufike.

Watoto wasife, sisi tuhangaike,
Mioyo isife, miili isichoke,
Bora punda afe, mzigo ufike.

Mgongo usife, kila mtu na wake,
Kuna siku tufe, kila mtu na yake,
Bora punda afe, mzigo ufike.

23. Sumbawanga

Sumbawanga mposuta, tataituu kalesa,
Warembo yapozileta, yapozile wa vinasa,
Mipaka bado nakata, kupuyanga yanipasa,
Sumbawanga kumekucha, njoo uone mwenyewe.

Hali ya hewa murua, tena ya kusisimua,
Huwezi pata mafua, jotoridi la sawia,
Hata ikija mvua, tope si la kuchafua,
Sumbawanga kumekucha, njoo uone mwenyewe.

Mdau nawasifia, wadau wa Sumbawanga,
Miundombinu huria, vizuri mmeipanga,
Mji kwa kasi wakua, hakuna anayepinga,
Sumbawanga kumekucha, njoo uone mwenyewe.

Uzushi nilisikia, si kuzuri Sumbawanga,
Uchawi wamekalia, kutwa kucha wanawanga,
Njoo uje angalia, makanisa wamejenga,
Sumbawanga kumekucha, njoo uone mwenyewe.

Daima nitakumbuka, wali samaki kumanga,
Vigumu sahaulika, magoma wanayogonga,
Ukarimu ukitaka, wewe nenda Sumbawanga,
Sumbawanga kumekucha, njoo uone mwenyewe.

24. Uarabuni

Samahani sikuaga, 'libidi nikurupuke,
Mawingu nimeyamega, Uarabuni nifike,
Joto ndio lanipiga, ili nisiburudike,
Lakini nawasalimu, kutoka Uarabuni.

Joto la Uarabuni, ni kali hadi jioni,
Kutwa ni kiyoyozini, nimechoka kaa ndani,
Nipendaye burudani, kiubishi silioni,
Nipo ninawasalimu, kutoka Uarabuni,

Ni watu wa burudani, japo ni washika dini,
Wapo wakaao ndani, wengine misikitini,
Mawaidha barazani, kahawa kila jioni,
Nipo ninawasalimu, kutoka Uarabuni,

'Kipita barabarani, tabasamu li usoni,
Wote wapo shughulini, na vibandiko kichwani,
Warembo wa hijabuni, sura hazionekani,
Nipo ninawasalimu, kutoka Uarabuni,

Tano beti nimefika, naenda tafuta feni,
Sio kwamba nimechoka, ningetunga ishirini,
Malenga siwezi choka, japo nipo ugenini,
Zipokeeni salamu, kutoka Uarabuni,

25. Mama

Salamu mpendwa mama, mwanao nakusalimu,
Uliyejaa neema, mjukuu wa Mwaimu,
Daima uwe salama, kwangu ni jambo muhimu,
Katika wa mama wote, mama yangu namba wani.

Muambie mama yako, aende kwa mama yangu,
Dada na shangazi zako, watakapo kuu jungu,
Wakae chini kitako, wafunzwe mambo ya Mungu,
Katika wa mama wote, mama yangu namba wani.

Mama ninakupa heko, kulea mwana ngangari,
Jema tabasamu lako, na moyo wenye saburi,
Na leo ni siku yako, burudika kwa zaburi,
Katika wa mama wote, mama yangu namba wani.

Muumba nikumbacho, mama vema kumuweka,
Apate akiombacho, kutoka kwako Rabuka,
Neema bila kificho, na tele nyingi baraka,
Katika wa mama wote, mama yangu namba wani.

Ewe Mungu mtukuka, uliyetuumba sote,
Kwako hakuna mashaka, vinapatikana vyote,
Muondolee mipaka, atakavyo avipate,
Katika wa mama wote, mama yangu namba wani.

Mzidishie hekima, busara nayo subira,
Asikose la kusema, katika zake fikira,
Mfunike kwa rehema, yamuepuke madhara,
Katika wa mama wote, mama yangu namba wani.

Mungu ninakupa heko, kunipa mama hodari,
Jema pendekezo lako, nimezaliwa pazuri,
Kwa maelekezo yako, nimelelewa vizuri,
Katika wa mama wote, mama yangu namba wani.

26. Moja

Mwalimu wenu nakuja, fimbo yangu mkononi,
Wadahalukaji naja, twisheni 'wafundisheni,
Magazijuto nataja, leo jipya lishikeni,
Moja jumlisha moja, jawabu lake ni moja.

Moja jumlisha moja, jawabu lake ni moja,
Ni hesabu za vioja, zinawachengua waja,
Atayevumbua hoja, atatunukiwa koja,
Jawabu lake ni moja, moja jumlisha moja

Niliyasikia kale, kwa wahenga wa Mpanda,
Nikawahoji wa kule, Magila si njia panda,
Wakajibu vile vile, hesabu hazikupanda,
Jawabu lake ni moja, moja jumlisha moja.

Ubongo nilibangua, sikuchoka kufukua,
Vijiti nilichukua, nikavipanga sawia,
Vitabu nikafungua, hesabu nikavumbua,
Jawabu lake ni moja, moja jumlisha moja.

Akaja kaka mmoja, akasema kwanza ngoja,
Jibu anaweza taja, litalomaliza hoja,
Waumini kwa pamoja, wakakiri kwa umoja,
Ni ndoa mke na mume, hutoa jibu ni moja.

27. Kilimo

Wadau nimeamua, mwana kuwa mkulima,
Shamba nimeshanunua, pembejeo ziko vema,
Zao nimeshalijua, lenye faida kupima,
Ni kilimo cha majani, faida kwa kwenda mbele.

Majani zao murua, huota bila mbolea,
Popote yanakolea, hata bila palilia,
Vyovyote wayatumia, hata ng'ombe kulishia,
Ni kilimo cha majani, faida kwa kwenda mbele.

Unapolima majani, faida ziko bwelele,
Waweza panda shambani, kama vile matembele,
Ukipenda maporini, yaota popote pale,
Ni kilimo cha majani, faida kwa kwenda mbele.

Ni zao lenye faida, washika dau ni wengi,
Si Rashidi wala Shida, wanatumia kwa wingi,
Wanaipata faida, wafugaji wa Usangi,
Ni kilimo cha majani, faida kwa kwenda mbele.

Ngombe alapo majani, maziwa tele hutoa,
Ukiyauza sokoni, pesa utajipatia,
Hata uweke ghalani, hayawezi kudodea,
Ni kilimo cha majani, faida kwa kwenda mbele.

Mbegu zangu kikapuni, jembe naweka begani,
Nachanja mbuga porini, naelekea shambani,
Sitaki rudi mjini, bila fungu la majani,
Ni kilimo cha majani faida kwa kwenda mbele.

28. Inakuuma

Mbona wanipaka wese, kwao mgongo wa chupa,
Hebu kwanza jitakase, kabla maneno kutupa,
Yatakuja yakunase, uanze kutapatapa,
Unanisifu wakati, ukweli inakuuma.

Tabasamu la kulia, ndilo unanitolea,
Ndani unanichukia, nje wanifagilia,
Litakuja kushushua, jambo usilolijua,
Unanisifu wakati, ukweli inakuuma.

Moyoni unaungua, usoni wajichekea,
Kwa nje wanisifia, kumbe ndani waumia,
Unajipaka madoa, uje shidwa kuyatoa,
Unanisifu wakati, ukweli inakuuma.

Umejigeuza panya, wang'ata na kupuliza,
Wajitahidi kupenya, hadi pembeni ya meza,
Kicheko cha kimya kimya, na miguno ya kubeza,
Unanisifu wakati, ukweli inakuuma.

Waivizia bahati, niliyopewa na Mungu,
Furukuta huipati, imeandikwa ni yangu,
Rusha mawe kwenye bati, hayadhuru mwili wangu,
Unanisifu wakati, ukweli inakuuma.

Kwa Mungu wako rejea, omba kama niombavyo,
Omba msamaha pia, uache mambo ya hovyo,
Mungu atakuokoa, akupe uhitajivyo,
Unanisifu wakati, ukweli inakuuma.

Niliyosema yatosha, peni pembeni naweka,
Wahenga walitupasha, kauli wakatamka,
Mbichi si za kumangisha, kwanza kabatini weka,
Unanisifu wakati, ukweli inakuuma.

29. Mpambenuksi

Naandika tungo zangu, wasema ninashoboka,
Nipangapo vina vyangu, wasema sifa nataka,
Mbona marafiki zangu, wasema waburudika?
Sema wewe wali nyama, kisamvu sina usemi.

Una mdomo mchafu, mwepesi wa kuropoka,
Wapita ukijisifu, wajikomba kama paka,
Wajitia ushaufu, kwa matope kunipaka,
Sema wewe wali nyama, kisamvu sina usemi.

Nimejituliza tuli, Kisamvu sina usemi,
Nimekipata kivuli, maneno mengi sisemi,
Ni yangu mimi shughuli, raha kuwapa wasomi,
Sema wewe wali nyama, kisamvu sina usemi.

Umewahi ona lini, ng'ombe akila udongo?
Wakufunzi wa vyuoni, wazipenda zangu tungo,
Zinawakonga nyoyoni, wala hazina uongo,
Sema wewe wali nyama, kisamvu sina usemi.

30. Mboga

Unenge umenishika, kabatini natazama
Natafuta cha kupika, miayo ninaachama,
Wakati unakatika, tumbo linaunguruma,
Ubwabwa umeshaiva, mboga ndo imeungua.

Najiliwaza mtima, kuwa si lazima mboga,
Lakini moyo wauma, ningepata japo boga,
Bila mchuzi wa nyama, vipi mlo utanoga?
Ubwabwa umeshaiva, mboga ndo imeungua.

Nikakumbuka ya jana, nilopewa na Mwajuma,
Miguu ikakazana, kabatini kutazama,
Lahaula hamu sina, panya wananitazama,
Ubwabwa umeshaiva, mboga ndo imeungua.

Ndipo tumbo likazidi, kutoa nyingi ngurumo,
Kupekua nikazidi, jikoni kote haimo,
Nitawezaje faidi, ubwabwa ulo kipimo?
Ubwabwa umeshaiva, mboga ndo imeungua.

Hakika nimegundua, wali mkavu mtamu,
Piga tonge kwa hatua, uotaona yake hamu,
Bila mboga kuungua, ningewezaje fahamu?
Ubwabwa umeshaiva, mboga ndo imeungua.

31. Tongenyama

Pilau kwenye sinia, mikono tumeshanawa,
Za kutosha nyama pia, wadau tumewekewa,
Kabla nusu kufikia, nyama zimeota mbawa,
Kuna mtu tongenyama, muondoeni mezani.

Nyama zilizobanikwa, mpishi kakadiria,
Zitatosha waalikwa, katika kila sinia,
Funiko tumefunikwa, twashindwa sheherekea,
Kuna mtu tongenyama, muondoeni mezani.

Tumepigwa na butwaa, nyama zote zimeliwa,
Mgawaji kwaduwaa, jinsi zilivyotwaliwa,
Huenda walizitwaa, tulipoenda kunawa,
Kuna mtu tongenyama, muondoeni mezani.

Mwizi wa nyama fedhuli, wala hamjui Mungu,
Wakati sisi twasali, akatuzunguka zungu,
Kwa ndani ya suruali, kaficha nyama mafungu,
Kuna mtu tongenyama, muondoeni mezani.

Bora tukae kizungu, mtu na sahani yake,
Tuyaepuke majungu, tongenyama ale kwake,
Tutapigana virungu, na ngumi meno yang'oke,
Kuna mtu tongenyama, muondoeni mezani.

Ewe Mungu wa rehema, nakushukuru kwa wema,
Nimelonga kwa hekima, wamenielewa vema,
Kasikia tongenyama, afanyavyo sio vyema,
Huyo mtu tongenyama, muondoeni mezani.

32. Msiba

Ndugu wadahalukaji, habari za mikakati,
Mfalme wa vipaji, bado nimekaza buti,
Mabungunya wanahoji, wavuruge zangu ruti,
Ni msiba wa Kichina, bungunya haukuhusu.

Walibebaje busati, msibani kusogea,
Unavipanga na viti, barazani elekea,
Wataka na kiberiti, eti moto kuchochea,
Ni msiba wa Kichina, bungunya haukuhusu.

Wa China ni wa Kichina, busati lako liweke,
Utatukanwa Kichina, wewe ubaki ucheke,
Waweza jaribu nena, wala usieleweke,
Ni msiba wa Kichina, bungunya haukuhusu.

Nguo nyeusi jivike, watadhani watania,
Kitenge ujifunike, sura watakukazia,
Mapema njia ishike, nyumbani kwako tulia,
Ni msiba wa Kichina, bungunya haukuhusu.

Acha zako danadana, tafuta kazi ufanye,
Kwenye madili ya wana, wajisogeza upenye,
Bado wataka ujana, wakati una mapunye,
Ni msiba wa Kichina, bungunya haukuhusu.

33. Tanganyika

Ewe ziwa Tanganyika, Mzichi nakuzimia,
Duniani wasifika, kwa kina chako titia,
Hata leo nimefika, hapa kukusalimia,
Ewe ziwa Tanganyika, uzidi kubarikiwa.

Wenye kiwango dagaa, sokoni huchuuzika,
Samaki wamekujaa, sangara kwa migebuka,
Kama vile malkia, milima yakuzunguka,
Ewe ziwa Tanganyika, uzidi kubarikiwa.

Wewe ni mwema mpaka, wa nchi nne huria,
Amani Mungu kaweka, ndani yako 'metulia,
Ngalawa kote zafika, bila kupata udhia,
Ewe ziwa Tanganyika, uzidi kubarikiwa.

Mawimbi yametulia, yasiyo na heka heka,
Kutokea Tanzania, hadi Kongo nimevuka,
Waweza fika Zambia, kusini ukichepuka,
Ewe ziwa Tanganyika, uzidi kubarikiwa.

Malumbano ya Kisasa

34. Mdahalo

Mfalme
Nakuja kudahaluka, nanyi wadahalukaji,
Nipate kuburudika, na yenu mabwabwajaji,
Niwapandishe mzuka, kwa tungo za mie gwiji,
Tuanze kudahaluka, hapa kwenye mdahalo.

Chilewa
Mfalme umekuja, karibia kwenye hoja,
Piga hodi huna haja, ingia upate koja,
Sultani nakungoja, tuyajadili ya haja,
Tudahaluke wajanja, wengine wapate kuja.

Mfalme
Asante bwana Chilewa, kunikaribisha mie,
Ingawa umechelewa, tukukaribishe sie,
Barazani pako sawa, tungo zako tuletee,
Karibu bwana Chilewa, pita hadi barazani.

Shehe Hadji
Kanzu ninainyanyua, vema niweze kukaa,
Kahawa nawaletea, na mfuko wa halua,
Tungo hapa zimejaa, hadi mtanikimbia,
Haya anza mdahalo, tupate kudahaluka.

Mfalme

Shehe Hadji karibia, chini kigoda kalia,
Asante kuitikia, wito uje kuchangia,
Mdahaloni ingia, bila hata kunyutia,
Karibia Shehe Hadji, pita hadi barazani.

Sheri

Maharage nimeleta, na ugali wa muhogo,
Msije udhuru leta, njaa inachoma figo,
Mkeka sasa navuta, nitulie kwa mikogo,
Nimefika barazani, na tungo nimezileta.

Mfalme

Kikapu nikupokee, upate vema tulia,
Kwenye mkeka ukae, wote tumekungojea,
Tungo zako tuletee, tuna hamu kusikia,
Mdahaloni karibu, dada Sheri karibia.

Mkoloma

Endapo nimechelewa, ninaomba samahani,
Kama mnavyoelewa, kero za barabarani,
Ningekuwa na mabawa, ningeepuka foleni,
Nimefika barazani, mdahalo kuchangia.

Mfalme

Pita hadi barazani, ukae vema kitini,
Kuna ugali pembeni, punguza njaa tumboni,
Pole na hiyo foleni, ni adha kubwa mjini,
Nakukaribisha sana, karibia muungwana.

Linda

Na mimi ndio nafika, kazini ninatokea,
Wadada na kina kaka, tungo nimewaletea,
Sasa chokozo nataka, ili niweze changia,
Anzisheni mdahalo, tupate kudahaluka.

Mfalme

Shukurani dada Linda, kwa kufika barazani,
Katika chetu kibanda, kuiendeleza fani,
Mimbarini ninapanda, nianze mwaga mizani,
Naanzisha mdahalo, malumbano ya kisasa.

35. Fundi

Mfalme (Chokozo)
Sikukuu imefika, fundi nishonee nguo,
Viatu vimetatuka, fundi ziba mtatuo,
Uongo ulotukuka, mie sina hamu nao,
Fundi viatu na nguo, yupi muongo zaidi?

Sheri
Muongo fundi wa nguo, ukubali ukatae,
Ahadi za mizinguo, nenda urudi badae,
Uk'enda kufwata nguo, utajuta uzubae,
Bado asaka mtindo, nawe wataka uvae.

Mfalme
Katukatu nakataa, balaa fundi viatu,
Idi ilipowadia, kibanda hakina mtu,
Nikamwona kwenye baa, katinga vyangu viatu,
Kwa kamba zinazobana, kazidi fundi viatu.

Shehe Hadji
Muongo fundi wa nguo, na tena ni mbaguzi,
Leta ya kiume nguo, akuletee mapozi,
Za kike lake chaguo, ili ajenge makazi,
Mafundi wote waongo, fundi wa nguo kazidi.

Mama nenda mama rudi, apate kumzoea,
Maneno yenye ahadi, apate kudodosea,
Akienda akirudi, vipimo anarudia,
Mafundi wote waongo, fundi wa nguo kazidi.

Mfalme
Nenda kwa fundi viatu, mpe japo kandambili,
Kazi ya dakika tatu, hugeuka wiki mbili,
Kazikodisha kwa watu, ziko chakali chakali,
Kwa kamba zinazobana, kazidi fundi viatu.

Shehe Hadji
Kaharibu pati yetu, sherehe kuchelewesha,
Ingekuwa ni viatu, pea tungebadilisha,
Sare walovaa watu, vipi tungezimechisha?
Mafundi wote waongo, fundi wa nguo kazidi.

Ofisi yapaswa ndani, yake iko barazani,
Ili apate undani, habari za mtaani,
Ukimfwata nyumbani, hutokomea kizani,
Mafundi wote waongo, fundi wa nguo kazidi.

Huzidisha magilini, kwa mkeo na watoto,
Akija mama Huseni, nimesafiri Lushoto,
Wakati yu uvunguni, unaungua na joto,
Mafundi wote waongo, fundi wa nguo kazidi.

Ijapo siku ya Idi, kina mama wanalia,
Watoto aliahidi, nguo angemalizia,
Sasa wazazi 'nabidi, mitumbani kimbilia,
Mafundi wote waongo, fundi wa nguo kazidi.

Leo nina malizia, kwa ushauri nasaha,
Nzi 'sipofukuzia, donda hujaa usaha,
Sio wote Tanzania, mafundi wenye madaha,
Mafundi wote waongo, fundi wa nguo kazidi.

Mfalme
Shehe Hadji ninahisi, wewe hayajakufika,
Yaliyotukuta sisi, hadi tukaaibika,
Fundi kufunga ofisi, wateja tulipofika,
Kwa kamba zinazobana, kazidi fundi viatu.

Waikumbuka harusi, ya Calosi Mwaibula,
Kuvaa suti nyeusi, chini kiatu cha bola,
Kwa kweli nilijihisi, kumpiga bastola,
Kwa kamba zinazobana, kazidi fundi viatu.

Na kokoko za mkeo, aliziweka pembeni,
Kampima tena leo, hadi ya sketi ndani,
Kajaa visingizio, gundi haionekani,
Kwa kamba zinazobana, kazidi fundi viatu.

Shehe Hadji
Haya tufike tamati, ya huu wetu muswada,
Na tufanye mikakati, ili nayo iwe mada,
Sipendi ishia kati, naenda fanya ibada,
Mafundi wote waongo, fundi wa nguo kazidi.

Shehe nitahakikisha, waongo nawafichua,
Vipimo mwavizidisha, mbanie vitambaa,
Sio kama nawatisha, ukweli nawaambia,
Mafundi wote waongo, fundi wa nguo kazidi.

Mfalme (Tamati)

Achia mbali uongo, fundi viatu ni mwizi,
Amemuuzia Kingo, viatu vyangu vya ngozi,
Kanipaka tongotongo, kwamba kaibiwa juzi,
Kwa kamba zinazobana, kazidi fundi viatu.

Pea zote za kushoto, katundika ukutani,
Na viatu vya watoto, ndio kapanga mezani,
Timbalendi na mwokoto, hizo kafungia ndani,
Kwa kamba zinazobana, kazidi fundi viatu.

Kutwa asoma gazeti, na stori za utani,
Afukuzia sketi, kazi kaweka pembeni,
Akisikia sauti, anatokea uani,
Kwa kamba zinazobana, kazidi fundi viatu.

Ukimwendea bandani, anadai adivansi,
Akiweka mfukoni, mbio kwa Sumari Nansi,
Kutwa kucha burudani, kazi tena hana chansi,
Kwa kamba zinazobana, kazidi fundi viatu.

Kila siku varangati, haliishi kibandani,
Huyu kamkunja shati, huyu kamkwida chini,
Bado anachimba biti, bisibisi mkononi,
Kwa kamba zinazobana, kazidi fundi viatu.

36. Maharage

Mfalme (Chokozo)
Heri uende sokoni, kama umekosa mboga,
Ukamkope Huseni, akupe japo uyoga,
Kuliko maliza kuni, chemsha kisichonoga,
Maharage sio mboga, ni kiungo cha makande.

Shehe Hadji
Maharage nathamini, hiyo ni mboga ya haja,
Yanatoa vitamini, sawa na la ngombe paja,
Ukitaka kuamini, tuulize Wangazija,
Maharage si kiungo, bali ni mboga ya haja.

Ukiyapatia nazi, na kitunguu cha maji,
Tena yatokee Mbozi, kwenye shamba la kijiji,
Na yapikwe kwa ujuzi, si kwa ubabaishaji,
Maharage si kiungo, bali ni mboga ya haja.

Sheri
Ndio yalionikuza, toka shule ya awali,
Nakula bila kusaza, tena matamu kwa wali,
Hata niletewe pweza, ndondo sitotupa mbali,
Si mboga ya kupuuza, utamuwe wa asili.

Linda
Nilipokuwa shuleni, niligombea mapoti,
Nilipokosa mezani, nililia kwa sauti,
Sikufichi asilani, harage mboga thabiti,
Maharage ni matamu, daima sintoyaasi.

Japo yana chukuchuku, mezani tapiga mbizi,
Yafaa kulia daku, haswa kwa wali wa nazi,
Utasusa hata kuku, hasa yakiwa ya Mbozi,
Maharage kweli mboga, daima sintoyaasi.

Mfalme
Bora pikeni maboga, maharage sio mboga,
Acheni kuigaiga, mila za wala mabaga,
Waulizeni wachaga, Wapare ndo hupendaga,
Maharage sio mboga, ni kiungo cha makande.

Tumbo gesi hujaaga, ukiyafanya ni mboga,
Kwa makande ukisaga, ndio pishi linanoga,
Wanyakyusa wakilaga, mwishoni husema ndaga,
Maharage sio mboga, ni kiungo cha makande.

Shehe Hadji
Maharage ndio mboga, ya wanyonge duniani,
Sio sawa na uyoga, uotao maporini,
'Sifananishe na boga, lilimwalo uchagani,
Maharage si kiungo, bali ni mboga ya haja.

Usipike kiangazi, na mafuta ya samli,
Ladha utaiabyuzi, usipende wako wali,
Maharage yake nazi, hata ule na ugali,
Maharage si kiungo, bali ni mboga ya haja.

Yanakupa ladha yote, kipolo ukiyalaza,
Ukilia na mkate, hata wali ukiweza,
Mdomo hujaa mate, ndugu ninakueleza,
Maharage si kiungo, bali ni mboga ya haja.

Mwisho ninamalizia, sifa kuwamiminia,
Kina mama Tanzania, yenu ninayazimia,
Katika hii dunia, ndio mnayapatia,
Maharage si kiungo, bali ni mboga ya haja.

Sheri (Tamati)
Anayelala na njaa, huyo amejitakia,
Maharage yamejaa, kila mtu ayajua,
Zunguka yote dunia, watu wanayasifia,
Maharage ndio mboga, alama mia kwa mia.

Maharage si kiungo, mimi nakukatalia,
Hata ukienda Kongo, kwa nsombe wanalia,
Mboga namba moja Bongo, ni nani asiyejua?
Hoji watoto wadogo, jibu watakupatia.

37. Jiko

Mfalme (Chokozo)
Mwenzenu nimeshachoka, unguza nyangu vidole,
Mapishi ninapopika, makande au mchele,
Majiko yangu 'mechoka, yote nayatupa kule,
Naenda zangu Kibosho, kununua jiko jipya.

Sheri
Usiifunge safari, ya mbali kufwata jiko,
Mjini huna hiari, yamejaa mengi Meko,
Bora safari ghairi, isigeuke vituko,
Kaka ninakushauri, utapoteza mshiko.

Shehe Hadji
Kapela jiko ni jiko, liwe kuni au gesi,
Halikosi mlipuko, hata kama ni jeusi,
Linachotaka mipiko, wala usiende resi,
Majiko yapo mjini, we Kibosho wafatani?

Mfalme
Ya mjini siyataki, yanaunguza vidole,
Mara unguza samaki, mara pika polepole,
Ya Kibosho sio feki, msiyaonee gele,
Naenda zangu Kibosho, kununua jiko jipya.

Linda
Jiko ni jiko jamani, mjini la kijijini,
Kulichagua makini, lijualo umakini,
Kama wenda kijijini, utajutia mjini,
Utadata na kulia, maneno yangu sikia.

Jua utaanza moja, kila kitu kufunzia,
Utamzidi kwa hoja, mjini akiingia,
Hana ajualo moja, kurumbembe kudakia
Utadata na kulia, maneno yangu sikia.

Shehe Hadji
Kuna majiko mjini, ni bora kuzingatia,
Yaliyofunzwa kidini, na ubani wakatia,
Yakaangapo maini, vidole utang'atia,
Majiko yapo mjini, we Kibosho wafatani?

Kibosho sikukatazi, jiko bora fwatilia,
Utaipata mikazi, kulifundisha tabia,
Bora haya ya Uswazi, mengi yameshapitia,
Majiko yapo mjini, we Kibosho wafatani?

Linda ameshayasema, jiko mjini 'silete,
Vipi ataishi vyema, bila pweza na mkate?
Ninakutakia mema, jiko nenda kakamate,
Majiko yapo mjini, we Kibosho wafatani?

Gharama unaingia, kwenda Moshi kununua,
Utakuja jijutia, jiko likikukimbia,
Wengi watalipikia, bila hata kukwambia,
Majiko yapo mjini, we Kibosho wafatani?

Linda
Shehe Hadji nakwambia kijana kang'ang'ania,
Maji yatiwa iliki bafuni ninakwambia,
Yatiwa mdalasini dodoki kusugulia,
Sauti isiyohini kijana kuulizia,
Wakandwa kwa ulaini pote palipobakia,
Majiko yako mjini Kibosho wafwata nini?

Shehe Hadji
Linda haswa nakubali, majiko yako mjini,
Kwa kupikia futali, ndio haswa yake dhani,
Moto halitakubali, wezi wakilirubuni,
Majiko yapo mjini, we Kibosho wafatani?

Langu la mjini zuri, siri lanisimulia.
Jana kapita Mzuri, ndimu kanikamulia,
Itabaki yangu shari, kwake kwenda kuvamia,
Majiko yapo mjini, we Kibosho wafatani?

Kuna miji yenye chati, imezunguka dunia,
Yenye majiko dhubuti, sipendi kukutania,
Yajua pika chapati, hata pia vitumbua,
Majiko yapo mjini, we Kibosho wafatani?

Mfalme
Nawashukuru wadau, kwa wa bure ushauri,
Si kwamba ninadharau, ya mjini si mazuri,
Yaitwa kigeugeu, sababu yana kiburi,
Naenda zangu Kibosho, kununua jiko jipya.

Ya Kibosho si kifuu, umaridadi wa juu,
Matunzo yenye nafuu, kiwango chenye ukuu,
Sio kama nanukuu, muulizeni Lyatuu,
Naenda zangu Kibosho, kununua jiko jipya.

Shehe Hadji zingatia, usia wangu sikia,
Ya mjini wachangia, na jirani pasi jua,
Kazini ukiingia, wengine wanapikia,
Naenda zangu Kibosho, kununua jiko jipya.

Shehe Hadji
Ya Kibosho ni mazuri, hata mimi nabaini,
Kwa kupikia mtori, hapo ni pake nyumbani,
Yanashikwa na kiburi, ikipikwa biriani,
Majiko yapo mjini, we Kibosho wafatani?

Usililete mjini, na makoko ya mtori,
Lisafishe kwa makini, lisije pandisha mori,
Ukiishiwa sabuni, nalo linachanja pori,
Majiko yapo mjini, we Kibosho wafatani?

Usije kunililia, Mfalme nakwambia,
Wengi wameshafulia, jiko limewakimbia,
Haya baba tangulia, uje kutusimulia,
Majiko yapo mjini, we Kibosho wafatani?

Mgimba
'Mekaa chini kwa hamu, safari kwenda Kibosho,
Wachaga nawafahamu, hakuna jiko michosho,
Pesa ni wataalamu, japo kuuza korosho,
Kama 'mechoka ungua, funga safari ya Tanga.

Mfalme

Ngoja niwakumbusheni, wasifu wangu makini,
Mtoto wa Uswazini, mitaa ya Kinondoni,
Nimeishi Arabuni, hadi huko Marekani,
Naenda zangu Kibosho, kununua jiko jipya.

Shehe mjini sikia, majiko yote bandia,
Uzuri wa kununua, mekapu jisilibia,
Ukitaka pika jua, ulimi utakwangua,
Naenda zangu Kibosho, kununua jiko jipya.

Utafiti nimefanya, sijajikurupukia,
Majiko Mungu kafanya, Kibosho katulizia,
Madaha asili chanya, mithili pundamilia,
Naenda zangu Kibosho, kununua jiko jipya.

Shehe Hadji

Namuweka leo tena, Mfalme masomoni,
Huyu ni wangu kijana, toka kule Kinondoni,
'Singependa wangu mwana, kuishia mafichoni,
Majiko yapo mjini, we Kibosho wafatani?

Majiko yapo ya Meko, hata kwetu Kinondoni,
Hebu anzia Moroko, malizia Mtambani,
Ujionee majiko, yasiyo na ushindani,
Majiko yapo mjini, we Kibosho wafatani?

Arabuni umeishi, hukuziona tanuri?
Za kuivisha mapishi, hata kuku wa tandori,
Unauleta ubishi, ndugu yangu si vizuri,
Majiko yapo mjini, we Kibosho wafatani?

Umeishi Marekani, tena juu ghorofani,
Chakula ukitamani, unakifwata dukani,
Jiko ni pambo la ndani, kupika hayatamani,
Majiko yapo mjini, we Kibosho wafatani?

Majiko ya Marekani, kama samani za ndani,
Likianza ubishani, walirudisha dukani,
Lako la Kibororoni, utamuuzia nani?,
Majiko yapo mjini, we Kibosho wafatani?

Leo mimi namaliza, tena nawe sibishani,
Na tena nashinikiza, lete lingine shindani,
Usiponisikiliza, utaishia gizani,
Majiko yapo mjini, we Kibosho wafatani?

Sheri
Yatosha uloambiwa, uuache ushindani,
Hata la kuni likiwa, jiko ni jiko jamani,
Hata litoke Otawa, ni ile ile thamani,
Shika uliloambiwa, usijejuta mtani.

Tumejenga tamaduni, asili Watanzania,
Kupuuza vya nyumbani, vya nje kukimbilia,
Heri nenda uchagani, jiko kujinunulia.
Pema usijapo pema, kipema si pema tena.

Shehe Hadji
Sio hivyo dada Sheri, mimi ninakuambia,
Tulivibeba kwa heri, vikaja kutukimbia,
Jiko nilitoe feri, wenzangu waje pikia?
Majiko yapo mjini, we Kibosho wafatani?

69

Likitokea nyumbani, hata huko uchagani,
Nilinunue dukani, huku huku ghaibuni,
Siku likinirubuni, nilirudishe dukani,
Majiko yapo mjini, we Kibosho wafatani?

Omari
Basi mwana wa njenje au Teja nataka langu jiko
Uwanjani najimwaga kukosa jiko kwetu ni mwiko,
Wakwetu tukimkosa twafanya hadi tambiko,
Kama halitoshi twapandishia na nalo sindiko,
Majiko yapo mengi we onyesha wako mshiko,
Chumbageni, Kibosho, hata Yuesi kote jiko liko,
Uliza wazee walokaa vibaraza wanavuta vyao viko,

Shehe Hadji hata Yuesi majiko yamejaa,
We ingia mitaani utawaona ukikata mitaa,
Kila jiko utaona kwako ni Kifaa,
Ukiwatafutia kule kwetu kibosho utapigwa na butwaa,
Hata chumbageni Kwetu viwalo wanajua kuvivaa,
Mfalme na Hadji angalieni mbele msije mkajikwaa,
Ila kwenye fani ya jiko msikate tamaa.

Sheri
Sikiliza Shehe Hadji, haya ninakuambia,
Hayapiki hata uji, ya China na Arabia,
Ya huko ubelgiji, watu wanayakimbia,
wanataka ya Ujiji, toka hapa Tanzania,
Fanya hima kaka rudi, nyumbani uje nunua.

Shehe Hadji

Njenje huo ni ukweli, nami nakuaminia,
Mtemi wetu Kimweli, ashawahi hadithia,
Majiko ya Mangi Meli, yana gharama sikia,
Majiko yapo mjini, we Kibosho wafatani?

Sheri ninayathamini, maneno yalonyooka,
Umeshawahi lakini, kugongwa hata na nyoka?
Ukikanyaga nyasini, kijasho kinakutoka,
Majiko yapo mjini, we Kibosho wafatani?

Kuna vibosho jamani, vipo hata Marekani,
Vilikosea zamani, sasa havina thamani,
Tusivipe mitihani, Mungu atatulaani,
Majiko yapo mjini, we Kibosho wafatani?

Vipo vibosho vingine, mjini vinazaliwa,
Wapishi sio wengine, tuombeni majaliwa,
Tusifuate mengine, kama haya yaelewa,
Majiko yapo mjini, we Kibosho wafatani?

Sikiliza dada Sheri, kwa kisaikolojia,
Nimekaa kufikiri, utashi ukanijia,
Lilozoea mtori, litapikaje bajia?,
Majiko yapo mjini, we Kibosho wafatani?

Pishi la kiinjinia, lakomba zote sinia,
Makaroni na bajia, baga lazidamkia,
Kibosho limeduwaa, labaki lime sinzia,
Majiko yapo mjini, we Kibosho wafatani?

Jamani mimi natoka, lumbano limenishinda,
Barazani naondoka, namfuata Shikwanda,
Nisije nikaropoka, vikafungwa na viwanda,
Majiko yapo mjini, we Kibosho wafatani?

Sheri
'Siyekubali kushindwa daima si mshindani,
Sio kama najigamba maneno yangu amini,
Ya mjini yameumbwa yapitapo mitaani,
Ya nyumbani yamefundwa kufanya kazi jikoni.

Pole kung'atwa na nyoka sumu ikakuingia,
Sasa huko Amerika nani atakutibia?
Rudi huku Tanganyika kuna dawa asilia,
Moto tumeshaukoka maji kukuchemshia,
Tumeinjika birika vifuu tunachochea.

Mfalme (Tamati)
Bora umenijulisha, tamati umefikia,
Lumbano lisingeisha, kwa tungo kukunyeshea,
La mwisho nakukumbusha, jiko zote si sawia,
Naenda zangu Kibosho, kununua jiko jipya.

Jiko zawadi murua, toka kwa Mungu Manani,
Sio la kulitumia, na kurudisha dukani,
Kwani ukilinunua, ni milele li jikoni,
Naenda zangu Kibosho, kununua jiko jipya.

Paroko Mgimba pia, ni ndugu yangu wa damu,
Nae ameniusia, ya Kibosho yana sumu,
Nami sijawasikia, wakijitetea humu,
Bora niende Chamwino, kununua jiko jipya.

38. Majigambo

Mfalme (Chokozo)
Nimesikia tetesi, zilizo uswahilini,
Zinaleta wasiwasi, hadi kule uzunguni,
Mabishano na matusi, kujua kingunge nani?
Shehe Hadji na Mfalme, nani mkali zaidi?

Shehe Hadji
Shehe Hadji ni mkali, wa vina na mistari,
Sawa na tamu asali, isiyo hata dosari,
Mcheki hapo kwa mbali, ndipo ongea vizuri,
Mfalme ukubali, Shehe Hadji ni mkali.

Linda
Ninachojua ni kwamba Mfalme ndie mwamba,
Kwa vina anavyowapa kuwatoeni ushamba,
Mfalme wangu mwamba peke yake kwenye dimba,
Mwamba usotikisika peke yake unatamba.
Kingunge ni Mfalme hata jina laonyesha.

Mkoloma
Hapo hakuna mzozo, usilete mzozofa,
Tena wekea mkazo, usikipate kifafa,
Ukali kwenye chetezo, au uwanja wa kifa?
Mkali Yesu pekee, Arabuni li kanisa.

Mfalme

Wa mbili kuvaa moja, ni muujiza wa mwaka,
Linda kachangia hoja, Shehe Hadji amechoka,
Mkoloma nae kaja, labda Yesu akishuka,
Mkali ni Mfalme, kingunge wa Kinondoni.

Tangu kule Kinondoni, Mfalme afunika,
Shehe alikuwa chini, na wala hakusikika,
Akaja Unyamwezini, bado chati anashika,
Mkali ni Mfalme, kingunge wa Kinondoni.

Watu wangekuwa miti, Shehe Hadji mpapai,
Huwezi jengea kiti, na kwa kuni haufai,
Mfalme mwenye chati, mbuyu ulio hai,
Mkali ni Mfalme, kingunge wa Kinondoni.

Shehe Hadji

Salamu nawasalimu, ninyi nyote mahasimu,
Imebidi nijikimu, msije panda wazimu,
Bila huyu mhitimu, fani mtaidhalimu,
Mfalme nakwambia, Shehe Hadji ni kiboko.

Mtaalamu wa yote, mpira na mashairi,
Anacheza namba zote, hata ya kipa nambari,
Huko Kinondoni kote, wampa sifa nzuri,
Mfalme nakwambia, Shehe Hadji ni kiboko.

Anaitwa Andanenga, kama wa kwenye redio,
Kikipulizwa kipenga, ndugu utatoka mbio,
Vina anavyovipanga, hilo kwako shambulio,
Mfalme nakwambia, Shehe Hadji ni kiboko.

Kwanza nianze na Linda, na vina vilivyopinda,
Mkoloma ndio kinda, Yesu ndiye amependa,
Hadji mtachomshinda, kukoroma na kulinda,
Mfalme nakwambia, Shehe Hadji ni kiboko.

Ulikuwa mlokole, hilo sie tunajua,
Ulikuwa ni mpole, kabla ya kukutimua,
Bico bendi ya Mkole, ndio walikuzingua,
Mfalme nakwambia, Shehe Hadji ni kiboko.

Mkoloma
Ninampenda sungura, kwa lake lile umbile,
Anapendeza kwa sura, hata kukwepa mishale,
Hana tabia papara, mjanja na hana shule,
Mfalme, Hadji na wote, popo haruki mchana.

Ukikalia busati, kitabu kukifunua,
Ukiwa mtanashati, maneno kutamkia,
Ukayaweka manati, ujinga wako kujua,
Mfalme, Hadji na wote, popo haruki mchana.

Kuruka kwa maharage, hivyo ni kuiva kwake,
Na ukitaka yanoge, nyunyiza viungo vyake,
Upikapo yakoroge, na kisha uyafunike,
Mfalme, Hadji na wote, popo haruki mchana

La Yesu nikilisema, Yesu ndiye yangu nuru,
Tena ni wangu uzima, safari kainusuru,
Dunia ijaposema, moyoni nina uhuru,
Mfalme, Hadji na wote, popo haruki mchana

La mgambo nimepiga, watu wote tulieni
Tena ondoeni woga, ingawa tu hatarini,
Tulieni kama boga, amani tuenezeni,
Mfalme, Hadji na wote, popoharuki mchana

Umaarufu wa mwewe, ni huo wizi wa kuku,
Utakipata kiwewe, ewe mwana wa bukuku,
Ukigundua si wewe, hodari mwenye shauku,
Mfalme, Hadji na wote, popo haruki mchana.

Ushindani kwenye soka, siwezi uongelea,
Hapo nasita kuweka, nyongeza naongelea,
Kinondoni sikufika, mchezo kuangalia,
Mfalme, Hadji na wote, popo haruki mchana.

Hapa sina mchezaji, ninachowiwa kusema,
Si Mfalme wala Hadji, kileleni kusimama,
Siwezi kuitwa jaji, jahazi linapozama,
Mfalme, Hadji na wote, popo haruki mchana.

Kusema ni jambo moja, na kutenda ni jingine,
Hizo picha siyo hoja, za kutufanya tutune,
Lisemwalo japo laja, mwaweza kuwa mashine,
Mfalme, Hadji na wote, popo haruki mchana.

Mfalme
Popo karuka mchana, taya zimewadondoka,
Hamjawahi kuona, hata mapenzi ya paka,
Vipi mwataka shindana, na dafu nyie vidaka?
Mkali ni Mfalme, kingunge wa Kinondoni.

Walianza malumbano, ya tungo na mashairi,
Ulikuwa mvutano, nusu ugeuke shari,
Shehe kapewa kibano, akaanza kughairi,
Mkali ni Mfalme, kingunge wa Kinondoni.

Kuja kwenye danadana, Kingi akapiga mia,
Shehe kajaribu sana, sitini hakufikia,
Mwishoni akala kona, swaumu 'lipomjia,
Mkali ni Mfalme, kingunge wa Kinondoni.

Kingunge ni mlokole, kwa wewe usiyejua,
Na tena bado mpole, mwenye roho kama hua,
Bico alitoka kule, Mungu kumtumikia,
Mkali ni Mfalme, kingunge wa Kinondoni.

Ujanja wote wa Shehe, kaiga kwa Mfalme,
Akitaka starehe, video akatazame,
Mpira hata sherehe, Mwasi klabuni azame,
Mkali ni Mfalme, kingunge wa Kinondoni.

Hebu Shehe mwulizeni, mkimwona hivi leo,
Kwa mara ya kwanza lini, alitazama video?
Kwani yote Kinondoni, ni Kingi mwenye kideo,
Mkali ni Mfalme, kingunge wa Kinondoni.

Tukija kwenye kabumbu, Kingi kafunika tena,
Yupo kwenye kumbukumbu, Umiseta alifana,
Shehe Hadji kama nyumbu, butua butu kwa sana,
Mkali ni Mfalme, kingunge wa Kinondoni.

Aheri ya Mkoloma, alicheza Kibasila,
Ingawa anakoroma, boli kwake limelala,
Moshi akaja kusoma, tukacheza bila hila,
Mkali ni Mfalme, kingunge wa Kinondoni.

Shehe maji ya ugoko, kwa Mfalme nasema,
Zake zote chokochoko, kwa Kingi zimetuama,
Kawekwa kwenye mfuko, hafurukuti daima,
Mkali ni Mfalme, kingunge wa Kinondoni.

Wadau mnaosoma, nisomeni kwa makini,
Kingunge amesimama, kashika nambari wani,
Shehe Hadji anazama, inamwelemea fani,
Mkali ni Mfalme, kingunge wa Kinondoni.

Mkoloma
Bora mti mpapai, kuliko uwe mnyanya,
Hauwezi kulaghai, kusimama pasi henya,
Mfupi wake uhai, hushambuliwa na panya,
Mfalme na Shehe Hadji, msicheze timu moja.

Mnyanya hauna nguvu, hauwezi kusimama,
Mpapai ni mwerevu, hauhitaji kisima,
Wala sio mlegevu, hauhitaji kulima,
Mfalme na Shehe Hadji, msicheze timu moja.

Shehe Hadji
Usitukane wakunga, na uzazi ungalipo,
Watakufunza kutunga, bila hata ya malipo,
Usije umwaga unga, hata pale uliapo,
Shehe Hadji akikata, Mfalme hana chake.

Pakacha linapovuja, nafuu kwa mchukuzi,
Tangia lini wakuja, akajifanya mjuzi?
Kijiji cha Mtakuja, umekiacha majuzi,
Shehe Hadji akikata, Mfalme hana chake.

Toka lini ukakata, na kuti ukalialo?
Wakati uko Mkata, Hadji yuko Abajalo,
Soka akilisakata, mithili Dokta Khumalo,
Shehe Hadji akikata, Mfalme hana chake.

Juani ukichumia, kivulini utalia,
Shehe hakuyakimbia, mashairi shindania,
Alikwenda sujudia, mwezi ulipowadia,
Shehe Hadji akikata, Mfalme hana chake.

Hashindani danadana, mchezo wa kisichana,
Hadhi yake kubwa sana, kama Bafana Bafana,
Timu zilipokutana, hukuweza kupambana,
Shehe Hadji akikata, Mfalme hana chake.

Video hakutizama, mzee wetu Nyerere,
Msomi aliyesoma, hadi kule Makerere,
Akahimiza kusoma, vijigazeti bwerere,
Shehe Hadji akikata, Mfalme hana chake.

Azania hukupata, namba timu ya darasa,
Sasa huko Umiseta, ungecheza vipi sasa?
Kungekuwa na karata, labda hapo ungetesa,
Shehe Hadji akikata, Mfalme hana chake.

Ushairi kwangu taji, nililovikwa na baba,
Andanenga na kipaji, aliomba mkataba,
Mungu ndie mjuaji, hakutaka kumkaba,
Shehe Hadji akikata, Mfalme hana chake.

Shehe leo kamaliza, aenda zake kulala,
Msije mkauliza, lini anapiga sala?
Nawaachia ajuza, waamue mjadala,
Shehe Hadji akikata, Mfalme hana kitu.

Mfalme (Tamati)
Swadakta Shehe kasema, tamati amefikia,
Ili apate kuhema, pumzi imemuishia,
Kulumbana amekoma, nyote mmemsikia,
Shehe Hadji amekata, sina budi kujikata.

Ingawa tunalumbana, tu marafiki wa damu,
Hatujawahi gombana, tulifundishwa nidhamu,
Pasi tulipigiana, tulipocheza chandimu,
Shehe Hadji amekata, sina budi kujikata.

Shukurani Mkoloma, kutupa utenzi wako,
Pia Linda dada mwema, kuleta mawazo yako,
Wadau mlotusoma, wote ninawapa heko,
Shehe Hadji na Mfalme, tu marafiki wa damu.

39. Ushabiki

Mfalme (Chokozo)
Ushabiki wote kando, nikupashe hili jambo,
Mimi bado mzalendo, hata unichape fimbo,
Yanga yafwata mwenendo, wa Simba tangu kitambo,
Katika timu za Bongo, Simba ni kiboko yao.

Shehe Hadji
Kwa kweli hujanipata, na huo wako usemi,
Eti Yanga wanafwata, nyendo za Simba kinyemi,
Yanga hawezi fuata, timu siyo ya wasomi,
Utapiga galagaza, Yanga ndio baba lao.

Hivi Simba timu gani, yenye kambi Msimbazi?
Kuliko jaa wahuni, wafanyao ujambazi,
Na kama huniamini, kamuulize Wakazi,
Utapiga galagaza, Yanga ndio baba lao.

Timu peke imebaki, iliyo na kumbukumbu,
Iliyo na umiliki, wa kiwanja cha kabumbu,
Sio kama mamluki, Simba wasio na umbu,
Utapiga galagaza, Yanga ndio baba lao.

Yanga mejaa wasomi, walounda kampuni,
waendeshao kisomi, shughuli za kilabuni,
Simba hawana uchumi, wafadhili walo duni,
Utapiga galagaza, Yanga ndio baba lao.

Mfalme
Yanga timu ya wasomi, shule gani wamesoma?
Sileti dharau mimi, Shehe Hadji jibu vema,
Elimu ya kwenye lami, timu kugeuzwa chama,
Katika timu za Bongo, Simba ni kiboko yao.

Shehe Hadji umewahi, kupelekwa Msimbazi?
Mapema na asubuhi, kumejaa wachuuzi,
Hoja yako si sahihi, kwamba kuna ujambazi,
Katika timu za Bongo, Simba ni kiboko yao.

Sasa katiza Jangwani, klabu ya Yanga eneo,
Waliofuzu wahuni, wakupe loba ya mbao,
Mchana sio jioni, mbele ya ofisi zao,
Katika timu za Bongo, Simba ni kiboko yao.

Majungu bin majungu, na kuchapana makofi,
Mara timua Mzungu, kocha gani sio safi,
Mwisho chapana virungu, hadhi ya Yanga ni sufi,
Katika timu za Bongo, Simba ni kiboko yao.

Uliza Uingereza, hata pia Marekani,
Mpira nani aweza, ni Simba au Jangwani?
Jibu ni dhahiri faza, Simba ni nambari wani,
Katika timu za Bongo, Simba ni kiboko yao.

Sheri
Naona mmenitenga, kunipeleka sokani,
Si mshabiki wa Yanga, hata acheze na nani,
Hata Simba ikifunga, wala sihoji kwanini,
Yeyote atayeshinda, kamwe sitii lakini.

Shehe Hadji
Ubishi tumeshaapa, Yanga ni yetu ilani,
Hata ngumi tunatupa, ukileta ushindani,
Simba kuleni mifupa, kwetu sisi msidhani,
Piga ua galagaza, Yanga ndio baba lao.

Hakika tumeahidi, kuachana na papara,
Yatupasa imebidi, kunywa maji ya bendera,
Huo wenu ukaidi, 'tawapeleka ahera,
Piga ua galagaza, Yanga ndio baba lao.

Simba hainacho hata, kiwanja cha mazoezi,
Mara leo ni Tabata, kesho mko Msimbazi,
Mapato mnayapata, mbona hilo liko wazi,
Piga ua galagaza, Yanga ndio baba lao.

Twingiapo uwanjani, hilo ndio letu hasa,
Hakuna cha ubishani, kwa wetu Mrisho Ngasa,
Magoli tena dazeni, kawafunga hadi sasa,
Piga ua galagaza, Yanga ndio baba lao.

Mimi naishia hapa, usije sema nabwata,
Bali utatoka kapa, kwa tungo zangu matata,
Keneth Ben Mkapa, meneja tumempata,
Piga ua galagaza, Yanga ndio baba lao.

Mfalme
Wabishi Yanga wabishi, hadi kuvutana shati,
Walivyo walalamishi, hubishana na gazeti,
Yanga timu ya wazushi, wapendao varangati,
Katika timu za Bongo, Simba ni kiboko yao.

Shehe Hadji unadai, Simba haina kiwanja,
Timu yenye kubwa bei, Msimbazi kwa wajanja,
Kiwanja cha kujidai, ndani kwa ndani ni denja,
Katika timu za Bongo, Simba ni kiboko yao.

Ingekuwa ni magari, basi Yanga kibajaji,
Na Hama la kifahari, ndio Simba timu gwiji,
Vijana walo ngangari, hao wetu wachezaji,
Katika timu za Bongo, Simba ni kiboko yao.

Rangi zenye kujivuna, ni nyeupe na nyekundu,
Kijani na njano bwana, rangi zenye tele gundu,
Tena ni za kisichana, na wanawake watundu,
Katika timu za Bongo, Simba ni kiboko yao.

Balaa kwa wana Yanga, kijana Musa Mgosi,
Anavyowapiga chenga, anapoletewa pasi,
Magoli anawafunga, tena bila wasiwasi,
Katika timu za Bongo, Simba ni kiboko yao.

Shehe Hadji
Mzee unachokoza, nyuki wa kwenye masega,
Kiongozi twamkweza, jina Imani Madega,
Sheria anaiweza, hakuna wa kumtega,
Piga ua galagaza, Yanga ndio baba lao.

Simba timu ya vizee, visivyojua sheria,
Kazi vibaraka shee, umwinyi wamekalia,
Watawaponza mazee, hili ni soka huria,
Piga ua galagaza, Yanga ndio baba lao.

Tegete sio Mgosi, tena magoli hakosi,
Chuji kiungo mwepesi, anadhibiti kiasi,
Tunae Kigi Makasi, ni kijana mwenye kasi,
Piga ua galagaza, Yanga ndio baba lao.

Miaka ya themanini, Simba ilishakitoa,
Unakumbuka lakini, Sahau aliokoa,
Mnaleta majivuni, hadi sasa mnaboa,
Piga ua galagaza, Yanga ndio baba lao.

Hivi Simba timu gani, isiyo na upinzani?
Inakuwa burudani, muingiapo mitini,
Washabiki uwanjani, wanashindwa kuamini,
Piga ua galagaza, Yanga ndio baba lao.

Rangi sio hoja kaka, siri nakunong'oneza,
Sisiemu walitaka, ilani kuendeleza,
Karume alitutaka, tuzivae tukicheza,
Piga ua galagaza, Yanga ndio baba lao.

Nimeshakupa sababu, za kutosha mwanawane,
Ukiandika kitabu, lazima tutafutane,
Yanga ni yetu kilabu, Simba ni timu mjane,
Piga ua galagaza, Yanga ndio baba lao.

Mwisho nakukumbusha, yetu muhimu ilani,
Mpaka kufa twabisha, moja ya Yanga kanuni,
Ubishi hautakwisha, ni bora weka kapuni,
Piga ua galagaza, Yanga ndio baba lao.

Mfalme (Tamati)

Aungurumapo Simba, nani hubaki dimbani?
Wanapopiga jalamba, Yanga mkia tumboni,
Kwenye ligi wanatamba, Yanga iko mkiani,
Katika timu za Bongo, Simba ni kiboko yao.

Ubishi hatuuwezi, twaongea kwa vitendo,
Uwanjani hatuchezi, twatoa kijimpondo,
Hadi mtoke machozi, magoli mafungu lundo,
Katika timu za Bongo, Simba ni kiboko yao.

Asante kunielewa, tamati nimefikia,
Kwamba Yanga timu hewa, heri Simba kuhamia,
Utapoacha chachawa, roho itakutulia,
Katika timu za Bongo, Simba ni kiboko yao.

40. Jembe

Mfalme (Chokozo)
Jembe kongoka mpini, nikutie kibanio,
Kapata suka makini, gari lake lenda mbio,
Sipidi mia sabini, latoa yote milio,
Jembe kongoka mpini, nikutie kibanio.

Shehe Hadji
Ndugu leo nimefyata, mtego kuutegua,
Ingawa umenipita, jawabu nitatatua,
Namfuata Vulata, aweze kuniagua,
Kibanio ni chanini, kama mpini wa chuma?

Jembe we umezoea, mpini kuwa wa mbao,
Ili uweze legea, kwenye wako mtambao,
Umfwate babu Sea, na vijana wa mwambao,
Kibanio ni chanini, kama mpini wa chuma?

Kibanio wakisifu, kasi kimeongezea,
Shamba lishakuwa tifu, ndio kimetokezea,
Na huo wako wasifu, tena mbali potelea,
Kibanio ni chanini, kama mpini wa chuma?

Kimeongeza sipidi, nani hayo kakwambia?
Ulileta ukaidi, babu akakukimbia,
Akaja kijana Idi, na misifa nakwambia,
Kibanio ni chanini, kama mpini wa chuma?

Jembe wapiga kelele, sababu hicho kipini,
Kinapiga nyuma mbele, hata kwenye bustani,
Utavuna matembele, badala ya mikatani,
Kibanio ni chanini, kama mpini wa chuma?

Naona nihitimishe, kwa ushauri nasaa,
Jembe ndugu usibishe, chuma ndio chakufaa,
Kibanio uwapishe, watu wenye manufaa,
Kibanio ni chanini, kama mpini wa chuma?

Mfalme
Jembe kongoka mpini, nikutie kibanio,
Matuta haya laini, kiazi nipande leo,
Jembe likitapo chini, litifue mtifuo,
Jembe kongoka mpini, nikutie kibanio.

Jembe kongoka mpini, nikutie kibanio,
Hata wa chuma mpini, wahitaji kibanio,
Kwanza uzito wa nini? Heri mpini wa mbao,
Jembe kongoka mpini, nikutie kibanio.

Jembe kongoka mpini, nikutie kibanio,
Kama wa chuma mpini, wateleza mshikio,
Ukitaka lima chini, laweza ruka uzio,
Jembe kongoka mpini, nikutie kibanio.

Shehe Hadji
Mimi sijaibaini, elimu ya Ununio,
Ati wa chuma mpini, wahitaji kibanio,
Kulegea mpinini, hiyo ni jadi ya mbao,
Kibanio ni chanini, kama mpini wa chuma?

Mjue mnakosea, mlimapo ardhini,
Usitumie mbolea, bado uko yamkini,
Jembe likisha legea, hapo ndo ubaini,
Kibanio ni chanini, kama mpini wa chuma?

Utunze mpini wako, ungali bado jembeni,
Ulibane jembe lako, hadi hapo uzeeni,
Nusuru makali yako, ngali upo kibindoni,
Kibanio ni chanini, kama mpini wa chuma?

Kitu kingine naona, ndugu zangu sikieni,
Miaka ikipishana, zaidi ya ishirini,
Jembe sio msichana, mpini uko sabini,
Kibanio ni chanini, kama mpini wa chuma?

Mpini ufanye kazi, pasipo mihadarati,
Msiufulie nazi, kwenye zenu harakati,
kibanio huna kazi, kwenye huu mkakati,
Kibanio ni chanini, kama mpini wa chuma?

Kwa leo ninawataka, haya yangu zingatia
Kibanio ukitaka, hiyo ni yako tabia,
Nimeshavuka mipaka, nisemacho nakijua,
Kibanio ni chanini, kama mpini wa chuma?

Mfalme (Tamati)
Jembe kongoka mpini, nikutie kibanio,
Nitifue udongoni, mbolea nimwage leo,
Raha ijae moyoni, tutapovuna mazao,
Jembe kongoka mpini, nikutie kibanio.

89

Jembe kongoka mpini, nikutie kibanio,
Nikazane mashambani, sitaki visingizio,
Nitumie yangu fani, niliyojifunza chuo,
Jembe kongoka mpini, nikutie kibanio.

Jembe kongoka mpini, nikutie kibanio,
Wa chuma huna thamani, hata kwenye ufagio,
Utajuta ni kwa nini, umepalilia nao,
Jembe kongoka mpini, nikutie kibanio.

41. Fimbo

Mfalme
Ilianza kiutani, nilipomwona kwa mbali,
Alipotoka shimoni, kilometa mia mbili,
Nikarusha mwanawani, fimbo imguse mwili,
Mazee fimbo ya mbali, leo imeua nyoka.

Sheri
Mimi sikubaliani, na hiyo fimbo ya mbali,
Siutaki ushindani, pia sitaki kubali,
Fimbo 'mpate mwilini, kilomita mia mbili?
Hapa unaturubuni, watuchezea akili.

Mfalme
Hapana siwarubuni, siwachezei akili,
Si hatari mwanawani, mimi kukamata zali,
Rudi tena darasani, kama hutaki kubali,
Mazee fimbo ya mbali, leo imeua nyoka.

Nilienda kanisani, nikalonga na Shemasi,
Kanipa mbinu makini, fimbo kurusha kwa kasi,
Nikashika mkononi, nikarusha bila wasi,
Mazee fimbo ya mbali, leo imeua nyoka.

Fimbo ya mbali maombi, ndiyo ifikayo mbali,
Hata uwe mwenye dhambi, zitafutwa ukisali,
Zi chachu kama mbilimbi, zitageuzwa asali,
Mazee fimbo ya mbali, leo imeua nyoka.

Nilizongwa na maisha, ndipo macho yakafumba,
Misele nilisitisha, ya kulonga na wachumba,
Sasa nimebahatisha, tuzo kanipa Muumba,
Mazee fimbo ya mbali, leo imeua nyoka.

Pima kilometa ngapi, alipokuwa mchumba,
Ningempatia wapi, ningewinda kama simba?
Fimbo hata iwe fupi, inafika hadi Pemba,
Mazee fimbo ya mbali, leo imeua nyoka.

42. Majani

Mfalme

Viburudisho ni vingi, kila mtu ana chake,
Jambo moja la msingi, bugudha uziepuke,
Mbugani mimi ni kingi, burudani zote mwake,
Simba nimechoka nyama, leo nakula majani.

Omari

Majani hayo majani gani nauliza?
Yaliwayo hata ndani ya nene giza,
Magonjwa mengi yamejaa yanaambukiza,
Tusimame wima haina haja kujiambukiza,
Vishawishi vingi si lazima kuvisikiliza,
Uwanjani mwana wa Njenje nakutumbuiza,
Teja ndo mimi haina haja ya kuniapiza,
Mkosa nyama hula majani neno hili nasisitiza.

Mfalme

Simba nyama sijakosa, ziko bwelele mbugani,
Kuburudika yapasa, sio lazima gizani,
Mkunga alituasa, dawa ya pumu majani,
Simba nimechoka nyama, wacheni nile majani.

Chilewa

Kula majani muhimu, kwa ajuae utamu,
Mtu asikulaumu, kwa kukidhi yako hamu,
Majani yana utamu, hilo mimi nafahamu,
Siyo yote yana sumu, mengine yako timamu.

Kula kwa hadhi imamu, hii ndio yako zamu,
Kula uikate hamu, mtu asikudhulumu,
Majani hayana damu, wala si kitu adimu,
Muulize Kuluthumu, au we nenda Kisumu.

43. Morogoro

Mfalme
Jambo wadahalukaji, salamu nawasalimu,
Nawapa mabwabwajaji, na nyeti zile muhimu,
Kimya nakipa machaji, niwagee tungo tamu,
Leo ninawasalimu, kutokea Morogoro.

Shehe Hadji
Salamu zimeshafika, ewe mwana Mfalme,
Endelea wajibika, Ujiji hadi Tarime,
Hatamu ushaishika, lete tungo tuzisome,
Tunakutakia mema, safariyo Morogoro.

Mfalme
Morogoro ni pazuri, mandhari yake mema,
Umezungukwa na pori, ya Uluguru milima,
Wala sikupata shari, wakazi wake ni wema,
Pokeeni tungo tamu, kutokea Morogoro.

Udongo una rutuba, Moro shamba nanunua,
Mahindi yanavyobeba, bila hata ya mbolea,
Mpunga jaa vibaba, makonde yametulia,
Pokeeni tungo tamu, kutokea Morogoro.

Nimeona mengi Moro, na nimeridhika nayo,
Binti wa ngozi nyororo, anayetikisa moyo,
Ijapo tuna kasoro, kwangu hakuwa mchoyo,
Pokeeni tungo tamu, kutokea Morogoro.

44. Lawama

Mfalme
Ajali imenipata, wodini wakanilaza,
Rafiki hawakusita, kwa pole kuniliwaza,
Shehe nikamtafuta, kumpata sikuweza,
Hivi huyu Shehe gani, hata hakunipa pole?

Dua hakuniombea, ili nipone haraka,
Hewani akapotea, hata simu hakushika,
Tetesi nikasikia, kwamba Tina kamshika,
Shehe Hadji Shehe gani, hata hakunipa pole?

Shehe mtu wa jamii, wananchi wanajua,
Hutoa mifano hai, wadau kujifunzia,
Ufanyavyo havifai, majukumu kukimbia,
Huyu Shehe magilini, hakuniombea kheri.

Sheri
Mgonjwa mgonjwa gani? Ona 'livyojilalia,
Uso utabasamuni, mgonjwa si angelia?
'Livyolala kitandani, kama wasubiri bia,
Uko na tatizo gani, sema utasaidiwa.

Linda

Pole ninakupa mimi Mfalme vumilia,
Utapona usijali Mungu atakujalia,
Shehe Hadji binadamu kama wewe nakwambia,
Usimtie lawama Tina kumshikilia,
Haki Mola yuko nawe hata upatwe na mia,
Duniani tunapita pole ninakupatia,
Usikae mashakani una pakushikilia
Shehe Hadji kulikoni sautiyo kusikia?

Shehe Hadji

Pole sana Mfalme, kwa hayo yalokusibu,
Ilibidi nitizame, huo wako utabibu,
Na kisomo nikisome, ili nikupe majibu,
Mbona nilikuwa nawe, kwa dua na matambiko?

Habari nilizipata, ikanitoka shauku,
Mshituko nikapata, mithili kinda la kuku,
Simu nikaikamata, ili nikutabaruku,
Mbona nilikuwa nawe, kwa dua na matambiko?

Nikaamka usiku, ndoto zisizo majibu,
Hivi huu ni udaku, nitapataje jawabu?
Tena nikatafaruku, ni yepi yalokusibu,
Mbona nilikuwa nawe, kwa dua na matambiko?

Linda nilimpigia, kupata undani wako,
Yeye akaniambia, kapata habari zako,
Ndipo nikaaminia, iko duni hali yako,
Mbona nilikuwa nawe, kwa dua na matambiko?

Lawama nazikubali, sikufanya uungwana,
Nimefanya ufedhuli, samahani sana mwana,
Hii sio staili, ya watu waloshibana,
Mbona nilikuwa nawe, kwa dua na matambiko?

Mimi leo namaliza, kwani Linda keshasema,
Wala Tina hakuweza, kunishika chanda chema,
Usije ukamkweza, mke wa watu si vyema,
Dua ninakuombea, Mungu akuponye vyema.

45. Ng'ang'a

Mfalme
Ndugu zangu nimekuja, moyo wangu umepinda,
Msaada yangu haja, nikipate chema chanda,
Nashindwa fikisha hoja, kwa binti nilompenda,
Getini kuna kibao, chasema mbwa mkali.

Achia mbali kibao, pembeni kuna mlinzi,
Anaweka konobao, nisimtongoze manzi,
Mwambieni baba lao, kwamba mie si mzinzi,
Getini kuna kibao, chasema mbwa mkali.

Mnitakiao mema, ninaomba ushauri,
Nikipate chanda chema, kivae pete nzuri,
Mimi nia yangu njema, nioe mke mzuri,
Getini kuna kibao, chasema mbwa mkali.

Linda
Pole ndugu Mfalme hoja nimeisikia,
Usiutese mtima Mungu anakusikia,
Malkia 'meumbiwa mbwa asijezuia,
Piga wako moyo konde ilihali unania
Mbwa nae ni mnyama mwenye kuelewa pia,
Hata akiwa mkali dawa fuko la mifupa.

Mkoloma

Mbwa mkali ni nini, kwake mpiga miluzi?
Anayetaka maini, na uji wenye ulezi,
Yu ndani hadi jioni, mbwa kutoka hawezi,
Ukitaka kumuweza, mbwa muite kwa jina.

Ukijua jina lake, hawezi kukuzuia,
Akija na mbio zake, mkia kutikisia,
Mbozi hadi Chakechake, mbwa nilifukuzia,
Ukitaka kumuweza, mbwa muite kwa jina.

Ukimpa pilipili, anazidisha ukali,
Ukimtupia wali, ni ngumu kumkabili,
Usijaribu ugali, vichachu havikubali,
Ukitaka kumuweza, mbwa muite kwa jina.

Mfalme

Ndugu zangu shukurani, kwa ushauri makini,
Linda kanipa mizani, mbinu zenye tathmini,
Nikitaka fika ndani, mifupa nitupe chini,
Nitampaje mifupa, naye mbwa keshashiba.

Mkoloma kachangia, nipige miluzi sana,
Nikitaka kuingia, mbwa nimwite kwa jina,
Akitingisha mkia, nipenye bila kuguna,
Nitamwitaje kwa jina, nami jina silijui.

Msichana nampenda, moyo unanikimbia,
Kulikoni chema chanda, kutwa kimejifungia?
Ukuta nataka panda, lakini najizuia,
Getini kuna kibao, chasema mbwa mkali.

Mkoloma

Ukitaka cha uvungu, huna budi kuinama,
Ukikutanda ukungu, mchicha huwezi chuma,
Usijitie uchungu, kwa kuonewa huruma,
Huwezi lijua jina, kama hujalichunguza.

Jina hatukutajii, tutakutajia mbinu,
Na wewe hatuingii, utatubebesha kinu,
Paka mikono jivii, ili ale na wa kwenu,
Huwezi lijua jina, kama hujalichunguza.

Chozi limekuwa haba, katika wingi wa maji,
Watu wako wa nasaba, watageuka majaji,
Mambo yajapokukaba, wajifanye wajuaji,
Huwezi lijua jina, kama hujalichunguza.

Tatizo lako ni woga, hilo nimeligundua,
Hata hadithi kunoga, huwezi msimulia?
Nenda ubebe maboga, nyimbo ukimuimbia,
Huwezi lijua jiana, kama hujalichunguza

Hata mbwa akishiba, huwa hashibi mifupa,
Hapo bado ninakaba, Upare hadi Ufipa,
Ijaze kwenye mkoba, usitie kwenye pipa,
Huwezi lijua jina, kama hujalichunguza.

Ukiupanda ukuta, watu watadhani mwizi,
Hadi kijiji Msata, zitafika sifa hizi,
Heri uibebe kata, jaribu kupiga mbizi,
Huwezi lijua jina, kama hujalichunguza.

Mtoto amekolea, ndio hali wateseka,
Utadhani Mkorea, jinsi alivyoumbika,
Ona jinsi anang'aa, kama jua la masika,
Huwezi lijua jina, kama hujalichunguza.

Nilitandike busati, kidogo nipumzike,
Niyatundike mashati, nimuone wangu mke,
Hebu pita kwenye gati, mtoto achekecheke,
Huwezi lijua jina, kama hujalichunguza.

46. Njiwa

Mfalme

Ndo kwanza nimempata, njiwa msafi wa moyo,
Kutoka kule Tabata, ananiliwaza huyo,
Mtama wangu hupata, bila hata ya uchoyo,
Wale ndugu wa kufwata, wamenipeperushia.

Kadanganywa na mtama, mchele toka Ufipa,
Kwenye hema akahama, bila aga akasepa,
Ndipo sasa nalalama, naumwa hadi mifupa,
Wale ndugu wa kufwata, wamenipeperushia.

Nilidhani nimepata, tena sito tapatapa,
Nilipofika Tabata, na kiapo nikaapa,
Njiwa mfano wa bata, mwenye madaha ya papa,
Wale ndugu wa kufwata, wamenipeperushia.

Kwa uwezo wa manani, njiwa rejea nyumbani,
Mwenzio nina huzuni, kweli nipo taabani,
Uso umejaa soni, ninajifungia ndani,
Njiwa amepeperushwa, nao ndugu wa kufwata.

Rejea njiwa rejea, najua 'meghilibiwa,
Mtama nakuwekea, uje utulize mbawa,
Tuijenge yetu pea, wawili tulio sawa,
Njiwa amepeperushwa, nao ndugu wa kufwata.

Swahiba mlo karibu, ninaomba msaada,
Kwani walioharibu, mimi nawaita dada,
Karibu kwangu karibu, kumbe wana zao mada,
Njiwa amepeperushwa, nao ndugu wa kufwata.

Chilewa
Mfalme umepata, hilo halina mashaka,
Njiwa hatoroki hata, kwako alikwishafika,
Pengine kenda Mkata, kuwasanifu Waloka,
Jioni utampata, kwako hatocholopoka.

Mfalme
Asante bwana Chilewa, kwa roho kunituliza,
Bado yuko kwenye hewa, hadi usiku wa giza,
Ningekuwa na mabawa, ningeruka kufukuza,
Njiwa walimlaghai, ndipo akanitoroka.

47. Kulikoni

Mfalme
Nimeletewa ujumbe, Shehe amenitumia,
Unakata kama wembe, uchungu ninasikia,
Machozi jaa kikombe, kutwa kucha unalia,
Kulikoni Linda wetu, nini kilichokusibu?

Endapo shida mapenzi, nani anakudhulumu?
Mrembo wetu kipenzi, mtaje huyo dhalimu,
Anayeleta ushenzi, Shehe ampe nidhamu,
Kulikoni Linda wetu, nini kilichokusibu?

Faraja zangu pokea, machozi ziyapanguse,
Sala zangu tarajia, mtimani zikuguse,
Pale palipo madoa, Mwenyezi apatakase,
Kulikoni Linda wetu, nini kilichokusibu?

Linda
Shehe alinisikia mbona hajaniombea?
Mungu anisaidie yapite bila kawia,
Yanakata kama wembe maumivu nasikia,
Ninakushukuru ndugu huruma kunionea,
Asante sana Mfalme rafiki najivunia,
Shida yangu ni mapenzi hatima imefikia,
Kulia 'melia sana na karibu kuzimia,
Haiwezekani tena ndege wangu kurudia,
Sikuona la kufanya heri kwa Mola kulia,

Penda asiyependeka katu siwezi rudia
Omba yasije kufika ni heri kuyasikia,
Yote nayavumilia taja pata mwenye nia,
Upweke ninasikia mapenzi yalinogea.

Mfalme
Pole sana wetu Linda, kwa hayo yalokusibu,
Yote Mungu amependa, shukuru wetu wajibu,
Cha kwenye moyo kidonda, kitapona taratibu,
Kabla kumpenda mtu, jipende kwanza mwenyewe.

Paka vyako vipodozi, weka nywele kimtindo,
Losheni ya kwenye ngozi, unyunyu kwa kandokando,
Tembea ya kimapozi, ndio uwe wako mwendo,
Kabla kumpenda mtu, jipende kwanza mwenyewe.

Nenda zako baharini, punga upepo mwanana,
Kisha nenda hotelini, pata menyu ya maana,
Jumapili kanisani, imba kwa sauti sana,
Penda Bwana Mungu wako, penzi atakupatia.

48. Hujatakata

Mfalme
Dodoki chanika chani, kwa kukusugua wewe,
Shombo ya mwako kwapani, haijaachana nawe,
Maji ndoo ishirini, unaoga usifiwe,
Sabuni umemaliza, na bado hujatakata.

Chilewa
Kwa nini kumsakama, rafikiyo hadharani?
Unajenga uhasama, sio vizuri mtani,
Mimi naona ni vema, umuombe samahani,
Sabuni akimaliza, ataka ajitakase.

Mfalme
Usije moto Chilewa, kama moto wa kifuu,
Jambo hukulielewa, lililo upande huu,
Kama jibu ungepewa, tena bila ya dharau,
Yule mkomba sabuni, mimi siku msakama.

Sifa si za kutafuta, kwa kuleta domo kaya,
Kutwa ni kubwatabwata, mithili muimba kwaya,
Amalize miche hata, haitoki shombo mbaya,
Sabuni amemaliza, na bado hajatakata.

49. Bangi

Mfalme
Kwa nini mimi kwa nini, habari mbaya nipewe?
Kwa nini mimi kwa nini, na lawama nitupiwe?
Ninao watumaini, nao wananipa mawe,
Bangi hebu nibangue, naona joto ya jiwe.

Sheri
Lawama wapewa wewe, viovu vitendo vyako,
Yafaa ulaumiwe, si nzuri sifa zako,
Watia watu kiwewe, adha ndo dhamira yako,
Lawama zote upewe, subiri adhabu yako.

Linda
Kwanini wajiumiza? Upate kujiuliza,
Vijana kuwaumiza, wapendao kupuliza,
Hasa wakikunuiza, wapatapo jiliwaza,
Mabangi yakubangue, na lawama utupiwe

Chilewa
Bangi una vijimbo, na vurugu kila kona,
Wajifanya u mgambo, kuwapa watu kununa,
Hata ukiwa makombo, wewe bado wajivuna,
Huachi leta vijambo, weye bangi huna mana.

50. Shukurani

Shukurani nakutolea wala sio ishu,
Kuvaa miwani na kusoma hadi usiku,
Raha umejipa mwenyewe pasipo madhara,
Nina kila sababu ya kukupa shukurani.

*Utenzi huu mfupi nimeuandika kukushukuru wewe
uliyekisoma kitabu hiki hadi kufikia hapa, katika
utenzi huu nimetumia utundu ule ule niliotumia katika
shairi la mwisho la kitabu kilichopita. Je umeng'amua
utundu huo? Ahsante.*

Kamusi ya Kiswahili cha mitaani

Kiswahili cha mitaani	Kiswahili sanifu
Arosto, chacha, chali	Aliyeishiwa pesa
Aste aste, ado ado, chikito, trankilo	Taratibu, pole pole
ATM	Mwanaume anayetoa pesa kwa mapenzi
Bata, *kula* bata	Starehe, kustarehe
Bati, *kula* bati, pia kuusugua, kuuchuna	Kimya, *kukaa* kimya
Beche, punje, mfinyo	Wali, ubwabwa
Bilekumpasi	Mtu anayeongea sana
Bimkubwa	Mama
Biti, kuchimba biti	Tishia, mkwara, kupiga mkwara
Bitozi, muuza sura	Mvulana anayejisikia, anayeringa
Boksi, *kubeba* boksi	Kibarua nchi za nje, kufanya kibarua ulaya
Bondo, nguna,	Ugali
Bungunya, ndondocha, zoba, zezeta, mtambo	Mjinga, mvivu
Buntungwa	Gitaa la kienyeji
Bwabwaja, kubwabwaja	Ongea sana, kuongea sana
Bwelele, bwerere	Nyingi, tele
Bwena	Nyingi, tele
Chabo, kula mingo, chora	Kuangalia
Chakachua, kuchakachua	Foji, kufoji
Chaki, unga	Madawa ya kulevya

Kiswahili cha mitaani	Kiswahili sanifu
Chandimu	Mpira wa miguu wa kutengenezwa kwa makaraasi
Changa la macho, *kupigwa* changa la macho	Uongo, kudanganywa
Changudoa, milupu, vicheche	Wanawake wanaojiuza
Chapa bakora, nyuka bakora	Kutamba, kujivuna, kutawala
Chaukucha	Bangi, kimsokoto kidogo cha bangi
Chelea pina	Mambo safi, shwari
Chelele, majogoo, liamba	Asubuhi
Chizi	Kichaa, mwehu
Chong'oka	Chomoka, ng'oka
Chumvi, *kula* chumvi	Maisha marefu, *kuishi* maisha marefu
Chupa ya bia	Mguu wa mwanamke uliojaa jaa
Chuzi, mchuzi	Damu
Debe, mkwanja, mafrikwensi	Disko, muziki
Debwedebwe	Vingi, tele
Deiwaka	Kibarua cha muda mfupi
Denda, *kula* denda, *kupiga* denda	Busu, *kupata* butu, *kupiga* busu
Dingi, mbuyu	Baba
Dundika, selebuka,	Cheza muziki
Fangaz	Viatu
Feki	Mtihani uliovuja
Fisadi	Kiongozi anayefuja mali ya umma
Funika, kufunika	Tamba, kutamba

Kiswahili cha mitaani	Kiswahili sanifu
Gabachori	Muhindi, anayehonga kukwepa sheria
Gado	Imara
Geto	Makazi ya kapela
Gozi	Mpira wa miguu
Gozigozi, miyayusho	Asiyeaminika, asiyeeleweka
Gundu	Bahati mbaya
Gwiji, kingunge	Bingwa
Handakiz	Mashimo ya barabarani
Hanya, menyana,	Hangaika
Iliyokwenda shule	Yenye heshima
Jazbendi	Mtu anayetongoza sana wanawake
Jebu, sumbwi, mashine, mfuniko	Ngumi
Kabumbu	Mpira wa miguu, soka
Kajambanani	Daraja la tatu, kiwango cha chini
Kamarachi	Kama kawaida
Kamba, fiksi	Uongo
Kambale	Kiatu cha kiume cha kuvalia suti
Kandabongomani	Anayetongoza wake za watu
Kandia	Dharau
Kanjanja, kanyaboya	Feki, Batili
Kapelo	Kofia
Kauzu	Mbishi
Kedekede, kibao, bwelele, bwena, gunia	Nyingi, wengi, tele

Kiswahili cha mitaani	Kiswahili sanifu
Kibano, mkong'oto, mfueni	Kipigo
Kibati	Mwendo mkali
Kibosile, kibopa, mnene, mopao	Bosi
Kicheche	Gari bovu, *pia* mwanamke anayejiuza
Kichwa	Mwenye akili
Kidosho	Msichana mrembo anayeringa
Kifimbocheza	Mwanaume mzinzi
Kifunikoshaba, kono la bao, kizingitichuma	Roho mbaya
Kijimpondo	Kipigo, adhabu
Kijiweni, maskani	Sehemu ya vijana wa mtaani kufanya maongezi
Kikristu, Kimombo, ung'eng'e, bbc	Kiingereza
Kilonga	Simu ya mkononi
Kimbembe	Zali, tukio lisilo la kawaida
Kimeo	Bovu, mbovu
Kimobiteli, kipenseli	Mwanamke mwenye umbo dogo na mwembamba
Kimwelumwelu, ambulenge	Gari la wagonjwa
Kinasa	Chupi ya kike aina ya thong
King'oko	Mtu anayezurura sana mitaani
Kingunge	Mzoefu, mbabe, aliye madarakani muda mrefu
Kinyago, kagali, kikatuni	Leseni, kitambulisho
Kionambali	Mtu mwenye busara
Kiota	Sehemu ya starehe *pia* makazi ya kapela

Kiswahili cha mitaani	Kiswahili sanifu
Kipumbu, kichuguu	Mahali unapoficha fedha nyumbani
Kishua	Kitajiri
Kisimati	Bahati
Kitimoto, daku, mdudu	Nyama ya nguruwe
Kitunaboksi	Mambo mazuri, shwari
Kivuzi	Harufu mbaya
Kizabinabina, shambenga, paskuna	Mfitini, mmbeya
Kokoko	Viatu vya kike vyenye kisigino kirefu
Kokoto, zege	Chips mayai
Kokotobatanikota	Anayependa kuvaa suti
Kolokoloni	Polisi, mlinzi
Konobao	Roho mbaya
Kubambikia	Kutapeli
Kubania, kuweka kiwingu	Kumzibia mtu riziki
Kuchana nyavu, kulenga	Kumpa mwanamke mimba
Kuchezea kichapo, kusaidiwa maumivu	Kupigwa
Kuchomoa	Kukataa
Kuchomoa mawaya, kuua bendi	Kuharibu
Kudahaluka	Kuwa kwenye mdahalo
Kufua dafu	Kuweza, uwezo
Kuhubiri, kugongelea	Kuongea maneno yenye maana
Kujibusti, kujipalilia, kujisuuza, kujifagilia	Kujisifia

Kiswahili cha mitaani	Kiswahili sanifu
Kujidunga,	Kunywa pombe
Kujinyea, kujiharishia	Kuwa na makalio makubwa
Kujipendelea	Kustarehe
Kujituama	Kupumzika
Kujivinjari, kujipendelea	Kujiburudisha
Kujukuu cha mtume	Mtu mwenye bahati
Kukandamiza, kugandamizia	Kuweka msisitizo
Kukata gogo, kununa, namba mbili,	Kunya, haja kubwa
Kukaza buti	Kujitahidi, kuongeza juhudi
Kukimbiza mwenge	Kufuata mkumbo, kutongoza mwanamke asiyekupenda
Kukonda	Kudhoofika, kuhuzunika
Kukwangua ulimi	Kuhesabu noti, kulipa
Kula ukoko	Mwanaume kufanya mapenzi na mwanaume
Kula vichwa	Kupata biashara
Kula vumbi	Kuhangaika
Kulamba dume	Kupata bahati, kushinda
Kulenga mwezi	Kufanya mambo makubwa
Kulikita	Kukaa, kuishi
Kumanga, kumangisha	Kula, kula chakula
Kumega chungwa	Kufanya mapenzi
Kumpa chachandu, kuimbisha, kuchombeza	Kutongoza
Kununua pikipiki	Kukimbia
Kunya, Kuharisha	Kutukana, kufokea, kukaripia
Kunyuka fimbo, kutanua	Kuringia, kujionyesha
Kunyuti	Kutegea

Kiswahili cha mitaani	Kiswahili sanifu
Kupiga bunda	Kuacha, kuachana
Kupiga kwata, kula ngondi, kuukwatua	Kutembea
Kupiga vijembe	Kueneza umbea
Kupima	Kujaribu
Kupinda	Kukata tamaa
Kupuliza, kuchoma	Kuvuta bangi
Kupumzika, kuufyatua	Kujamba
Kupuyanga	Kutembea, kusafiri
Kusaula, kuchojoa	Kuvua nguo
Kutekenya utumbo mwembamba	Kula chakula
Kuteleza, kuseleleka	Kufanya mapenzi bila kinga
Kutema, kutapika	kuongea
Kutoa kipindi	Kuelimisha
Kuvaa miwani, kukausha, kuuchuna, kula bati	Kutojali, kukaa kimya, kunyamaza
Kuvalia mkanda	Kujiandaa kupambana
Kuweka upaja	Kuzuia
Kwa pilato	Mahakamani
Kwishinehi, choka mbaya	Atu aliyeishiwa, fukara
Lishe, mtindi	Matiti
Loba, ngeta	Kabali
Lumbesa	Mzigo mzigo, kujaza ziaidi ya uwezo,
Lupango, kunyea debe	Jela, kifungoni
Mabovu	Shilingi, pesa ya Tanzania
Mabwabwajaji	Maongezi, maneno
Machaji, *kumpa mtu* machaji	Kuachana, kuachana naye

Kiswahili cha mitaani	Kiswahili sanifu
Machejo, manjonjo, makeke	Madoido
Madafu	Fedha ya Tanzania
Madotcom, redio za mbao	Wambea, waongo
Mafrikwensi, dude, mpini	Nyimbo
Magilini	Muongo
Mahoka	Mtu anayependa kucheka
Mainzi	Watu wanaoleta bughudha, ghasia
Manati	Sidiria *pia* chupi ya kike aina ya thong
Manga, mangisha	Kula, kula chakula
Manyang'unyang'u	Maajabu
Mapene	Pesa, sarafu
Mapepe	Asiyetulia
Mapigo	Staili, mtindo
Masalagankoko	Mjinga
Matarumbeta, *kupiga* matarumbeta	Bia, *kunywa* bia
Maumivu	Bei
Mayai	Mtu mdhaifu, mlaini
Mayai, *kumwaga* mayai	Kiingereza, *kuongea* kiingereza
Mbuzi, treni	Mvuta bangi
Mchecheto	Mshawasho, munkhari
Mchicha kabichi	Vitu vya kawaida, vya kila siku
Mchoro, ramani, msheni, mtikasi	Mpango
Mchuma mboga, bwabwa, choko, kakapoa	Mwanaume aliyejigauza mwanamke

Kiswahili cha mitaani	Kiswahili sanifu
Mdebwedo, kiulaini	Kirahisi, rahisi
Menyana, hanya	Hangaika
Menyu, msosi, mfinyo	Chakula
Mgodi, mnene	Mtu mwenye pesa nyingi
Mguu wa kuku, chamoto, shaba	Bastola
Michapo	Habari, stori, hadithi
Michelini	Mwenye misuli mikubwa
Mikasi, taabisha, kujipinda, kucheza yoga	Tendo la ndoa
Minato	Maringo
Minya	Kaa, ishi
Misele	Mizunguko, safari
Miti ya genge	Miguu yenye matege
Mitikasi, msheni	Shughuli
Mjani, ndumu, msumari	Bangi
Mjuba	Gangwe, mbabe, mtemi
Mkoba	Mchezaji mpira namba tano
Mkoko, ndinga,	Gari
Mkwanja, kisu, mshiko, kitita, mchone, mchuzi	Fedha,
Mkwara, kupiga mkwara	Tishia, kutishia *au* kuogopesha
Mlenda	Mvivu, mtu anayejivutavuta
Mlupu	Kahaba
Mneli, kansa, fegi	Sigara
Mnuso	Sherehe
Mpambe nuksi	Msengenyaji, mafitini
Mpopo, mnaijeria	Tapeli
Mshindingo, mjengo, ndonga	Uume

Kiswahili cha mitaani	Kiswahili sanifu
Mshiko	Fedha, pesa, hela
Mshipa	Mbovu, bovu
Msondongoma	Mzee kijana, mzee anayependa ujana
Msongo, bundi	Mtu anayesoma sana
Msonyo, *kupewa* msonyo	Dharau, kudharauliwa
Mti mkavu	Hohehahe, asiyathaminika, masikini
Mtindi	matiti
Mtukichwa	Mwenye maarifa, mwenye akili,
Muhanya	Mtu mkuu, mkubwa
Mwake, mswano	Safi, shwari
Mwela, mjomba, njagu	Polisi, mgambo
Mwokoto	Viatu vya kiume nadhifu, mokasini
Mzee meko, wamitulinga	Mlevi
Mzichi, mwanawane, mentali,	Rafiki wa karibu
Mzinga, *kupiga* mzinga	Mkopo kukopa
Ng'ang'a	Mbwa mkali
Ngangali	Shupavu
Ngondi, ngoko	Miguu
Ngumi mkononi	Mtu mgomvi,
Ngwelengwe	Mambo, shughuli
Njagu, ndata, popo	Polisi
Noma, *soo*	Aibu
Nyepesi	Habari
Nyeti	Maneno yenye hekima
Nyomi, utitiri	Watu wengi

Kiswahili cha mitaani	Kiswahili sanifu
Nyuti	Kuogopa, kujitoa hasa katika shindano
Nyuzi, mpini	Gitaa
Panga la shaba	Mchawi
Pasi, chapati	Mwanamke asiye na makalio
Pepekale	Mtu mnene
Pilato	Hakimu
Pipa	Ndege
Puli, msasa, kumkaba nyani	Punyeto
Pumba, mashudu	Maneno yasiyoeleweka
Puyanga	Tembea, safiri,
Resi	Mbio
Revola, mafua	Sauti nyororo
Saluti, adabu tupu	Iliyokubalika
Shalo tinatina, pina, pong'a	Shwari
Shangingi	Mwanamke anayewatega wanaume wenye pesa, *pia* gari aina ya Toyota Landcruiser
Sharobaro	Mvulana anayevaa kupita kiasi, brazameni
Shega, mpwitompwito	Mambo mazuri
Shitozi	Msichana anayejisikia, anayeringa
Shoboka, kushoboka	Jipendekeza, kujipendekeza
Shombeshombe	Msichana mweupe
Skejo	Kazini
Songombingo	Tukio la hatari, zali
Sosoliso, mmachinga	Anayeuza bidhaa mkononi

Kiswahili cha mitaani	Kiswahili sanifu
Sketi	Msichana, wasichana
Stimu	Hisia
Stori	Habari, hadithi, michapo
Suka	Dereva
Taarabu, wowowo, choo	Makalio, matako ya mwanamke
Tatu nane	Maringo, madaha
Tawile	Uchawi, ushirikina
Teja, mla chaki, wakubwia	Mtu anayetumia madawa ya kulevya
Timbalendi	Mabuti
Toboatobo	Mganga wa kienyeji
Tonge nyama	Mlafi
Tuliza mshono	Tulia
Tungi, chicha, bwii,	Pombe
Ughaibuni	Ulaya
Ukerewe, kwa bibi	Uingereza
Umeme, miwaya, mivolti	Ukimwi
Umufindi, kipupwe	Kiyoyozi
Undava	Utemi, ubabe
Unenge	Njaa
Unenge, minyoo inasumbua	Njaa
Unyamwezini	Marekani, USA
Unyunyu	Manukato, marashi
Ushuzi	Makalio ya mwanamke
Uswazi	Uswahilini
Utelezi	Uuke
Varangati, sekeseke, zali	Vurugu

Kiswahili cha mitaani	Kiswahili sanifu
Vaskodagama	Mtu anayesafiri sana
Vijembe	Umbea
Wakuletwa, bungunya, mpori	Mshamba
Wala mabaga	Wazungu
Wapenda kaki	Wazungu wabaguzi, wakoloni
Watu kifagio	Watu wanaojisifia
Wese	Mafuta ya gari, petroli
Yakibadachi, makaratee, gojiruu	Kung fu, kareti
Yanki	Kijana
Yeboyebo	Rangi ya njano, yanga
Yuesi	Marekani
Zali	Tukio lisilo la kawaida
Zee la nyeti	Mwenye busara
Zenji	Zanzibar

Shukurani.

Shukurani za dhati zikufikie wewe uliyesoma kitabu hiki.
Pia shukurahi za dhati ziwafikie: Mwalimu Victoria
Mwaimu Saidi kwa kuhakiki kitabu hiki.
Kadhalika Shehe Hadji Saeedia, Stephen Mkoloma,
Sharifa Bakari, Linda Ndalu, Ndugu Chilewa, Omari
Njenje, na Ndugu Mgimba kwa mchango wao
mkubwa katika sehemu ya malumbano.
Mungu Akubariki.